MFALME ANA PEMBE

ZANZIBAR DAIMA PUBLISHING

Toleo la Pili (2021)
Copyright © Mohammed Khelef Ghassani
ISBN-10 1983635189
ISBN-13 978-1983635182

Zanzibar Daima Publishing,
Gaussstr. 25,
53125 Bonn,
Germany
mohammedghassani.online

Diwani hii imepigwa chapa na:
FananiMpole Printers
Dar es Salaam, Tanzania
+255 654 846 084
bookfananimpole@gmail.com

Haki zote za uchapishaji zimehifadhiwa na mtungaji.

All rights are reserved. No part of this publication may be reproduced, stored in a retrieval system or transmitted in any form or by any means electronic, mechanical, photocopying, recording, or otherwise without the prior permission of the author.

TABARUKU

Hadithi naikumbuka
Ya kinyozi wa msifika
Ndani ya shimo aliyatamka

Yale aliyoyaona kwa Mtukuka
Hakubakisha shimoni aliyatapika
"Ana pembe kichwani hakika"

Mti pale ulichipuka
Ukakuwa ukitandazika
Ikawa maneno yakipukutika

Ukirudiya yale yaliyosemeka
Asubuhi na jioni yakasikika
Habari zikaeneya mbali zikafika

Ni hapo siri ilipotoka
Yaliyofichwa yakajulika
Ukweli mbele ukajiweka
Mfalme ana pembe!

-Nassor Kharous, 2016

YALIYOMO

TABARUKU	iii
YALIYOMO	iv
KIDOKEZO	vii
MLANGO WA FALSAFA ZA SIASA	1
MFALME ANA PEMBE	4
MIMI SI WEWE	6
INA MITEGO DHULUMA	8
MIJIUSALAMA YA TAIFA	10
JUU YA KABURI LAKO	12
NAAPA KIAPO CHAKO	14
MGUU WAKO WA KHERI	16
SI WAO, NI NYIYE	18
KURA ISIYO THAMANI	20
N'TASIMAMA JUANI	22
TUTAPAMBANA KAMA BABA?	24
DHIKI YAKO, DHIKI YANGU	26
AJABU YA WATU HAO	28
MIYE ZOMBI	30
RUDINI KWENYE MZUGO	32
MANENO YAO	34
KICHEFUCHEFU	36
NAWE 'TACHIRIZWA DAMU	38
MULINDAO VIBARUA	40
TAKIRIMA YA VYEO	42
RABBI USIMRUDISHE	44
SISAHAU	46
WACHANGIZI NDIO WALE	48
MLANGO WA FALSAFA ZA MAISHA	50
PAPARA	53
UPANDE WA GIZA	55
TENDO	56
MJA KUPATWA	58
DUNIA NI NDOGO	60
NGOLE NGOLE MWANANGU!	62

MEEMEE WA MJINI	64
SITAKI TENA SKULI	66
KIMYA CHAKO	68
SIKU ZAPITA	70
'TASUBIRI	72
KWA MTU KUWA KAKA	74
RABBI, KIPANDE CHA MOYO	77
LOLOTE NI HAKI YANGU	78
I MATUMBONI MWA SHARI	80
SAFARI REFU	82
MWENYEWE UKAJITIBU	84
KUNA HISABU YOTE	86
KUTETANA	88
MAPENZI YANGU 'MEZIDI	90
KIDAGAA CHA AJABU	92
MLANGO WA FALSAFA ZA MAPENZI	94
NJIA TATU ZA MAPENZI	98
'SINITENDESHE	100
KATI YA PENDO NA CHUKI	101
USIJENIPA MOYOWO	103
LISIKIZE NENO LANGU	105
MOYO DHAIFU	106
KUMBE HUBA ZINGALIPO	107
KOSALO NI KUPENDA	109
NDIYE MAJAALIWA YANGU	111
TAJIRIBA YA MAPENZI	112
SUBIRA ILINISHINDA	110
MOYO UMEZE UCHUNGU	118
MOYO WANGU KORTINI	120
SI KWA JIPYA	122
MOYO ULIOGAWIKA	124
NINGEKUWA SIKUPENDI	126
SI KAULIYE, SI YANGU	128
BORA WEWE NENDA	130

KIDOKEZO

HILI ni toleo la pili la diwani hii kuchapishwa. Kutokana na ushauri wa baadhi ya wasomaji wa toleo la kwanza lililochapishwa mwaka 2018, nimeongeza baadhi ya ufafanuzi kwenye orodha ya misamiati, na huko mbele nitaeleza kwa nini misamiati hii imo.

Diwani hii imegawiwa kwenye sehemu kuu tatu, ambazo zimepewa jina la milango ya falsafa, na kila mlango unajishughulisha na dhamira zinazofanana chini ya maudhui moja kuu.

Mlango wa kwanza umeitwa Mlango wa Falsafa za Siasa (Uk. 1), ambapo tungo zilizomo ndani yake zinajikita kwenye dhamira zinazoakisi mahusiano baina ya watawala na watawaliwa, harakati za kiraia za kudai haki na hata suto kwa watawala juu ya namna wanavyoyatumia madaraka yao. Ni ndani ya mlango huu munamojitokeza utungo uliobeba jina la diwani hii, *Mfalme Ana Pembe* (Uk. 4).

Sehemu ya pili inaitwa Mlango wa Falsafa za Maisha (Uk. 49). Tungo zilizomo humu zinajikita kwenye kuzungumzia maisha katika ngazi na mbeya mbalimbali – tangu mahusiano ya kifamilia hadi urafiki na hata maongezi ya mtu na nafsi yake katika nyakati za kuyakabili maisha, ama iwe kwenye nyakati za furaha au za majonzi.

Na Mlango wa Falsafa za Mapenzi (Uk. 90) ndiyo sehemu ya tatu na ya mwisho ya diwani hii, ambayo inaliangalia suala la mahusiano ya kimapenzi katika hali na sura zake kadhaa – kupenda, kupendwa, kukataa, kukataliwa, raha na karaha zake.

Lengo la kuwekwa muundo huu ni kumsaidia msomaji kuogelea haraka kwenye bahari ambayo angeliipendelea au kwenda kwenye maji hayo pindi akitaka, bila kulazimika kupiga mbizi huku na kule na kujikuta amerowana kabla ya kukuta akitakacho. Hii haimaanishi kuwa kuna sehemu iliyopangiwa iepukwe wakati wa kuisoma diwani hii. La hasha! Kila mshororo, kila ubeti, kila utungo, na hata kila neno, linastahiki kusomwa kwa uzito na stahiki yake kwenye diwani nzima.

Kisha, kila mlango kati ya milango hii mitatu, unafunguliwa kwa hadithi ya paukwa-pakawa, ambayo imeteuliwa kutoka hadithi nyingi za aina hiyo, ikiakisi maudhui ya jumla ya mlango mzima. Si lazima kuwa hadithi hiyo igusane moja kwa moja na kila utungo uliomo kwenye mlango, lakini kuna kiwango cha mshikamano baina ya tanzu hizi mbili kongwe za fasihi – ngano za kale na ushairi.

Kitu chengine kwenye mjengeko wa diwani hii, ni kuwa kila utungo umewekewa maswali matatu, ambapo angalau mojawapo linahusu fani ya sanaa hii kongwe na adhimu. Lengo ni kuwasaidia wale ambao wanasoma diwani hii sio tu kwa kustaaladhi kwa lugha na mawazo yaliyomo ndani yake, bali pia kwa kujifunza uandishi, uchambuzi na uhakiki wa ushairi.

Wanafunzi, walimu na watafiti wa taaluma za fasihi – makhsusi wanaoogelea kwenye bahari za tungo – wanaalikwa kuyatumia maswali hayo kama muongozo wa kuifahamu kazi hii. Hata hivyo, nalo halimaanishi kuwa milango ya kubuni maswali na kuibua mijadala mingine juu ya diwani hii imefungwa! Hapana, ruhusa inatolewa kwa watajwa hapo juu kuyatanua, kuyaongeza, kuyapungunza, kuyabadilisha na hata kuyaondoa kabisa maswali yaliyopo kwenye kila mwisho wa utungo, ikiwa kufanya hivyo kutawasaidia kufahamu zaidi kazi hii.

Vile vile – na kwa madhumuni hayo hayo ya kuwasaidia wasomaji, kila mwanzoni mwa utungo, baadhi ya misamiati migumu imeorodheshwa na kuandikiwa tarjumi yake. Nimeipitia tena kwenye toleo hili, kama nilivyogusia mwanzoni, na kuongeza orodha ya misamiati na kuifafanuwa upya.

Kama msomaji anavyoweza kushuhudia, mengi ya maneno haya ni ya Kipemba, lugha ambayo ndiyo niliyozaliwa na kukulia nayo. Kwa kuwa Kipemba ni lahaja inayojitegemea kwenye misamiati na hata miundo ya sentensi zake, baadhi ya wakati inamuwia shida kwa mzungumzaji wa kile kiitwacho Kiswahili Sanifu pekee kufahamu maana ya maneno au vifungu vya maneno. Kwa hivyo, inatazamiwa kuwa uchambuzi huu wa awali wa misamiati, utamsaidia msomaji wa aina hiyo.

MLANGO WA FALSAFA ZA SIASA

PAUKWA!

Hapo zamani za kale, aliwahi kuishi mfalme aliyesifika kwa ukali na ukatili katika nchi moja ya mbali. Jina lake akiitwa Mfalme Malembalemba. Mfalme huyu aliitwa malembalemba kwa kuwa hakuna siku hata moja, hata akilala usiku, ambapo angelikivua kilemba chake kichwani.

Mfalme Malembalemba alikuwa mashuhuri kwa utawala wake wa kutumia maguvu na usiokubali kukosolewa hata chembe. Mtu yeyote ambaye angelijitokeza kulalamika, basi alikuwa akichimbiwa shimo refu jangwani na kuzikwa mzimamzima. Walioponea chupuchupu kwa makosa madogo, kama yale ya kusahau kusimama wakati msafara wake ukipita mitaani, walifungwa vifungo vya maisha jela. Watu walikuwa wanasema kuwa magereza ya nchi hiyo yalikuwa yamejaa hata pa kutema mate pakawa hapapatikani. Matokeo yake, watu wakawa wanaogopa kumsema Mfalme Malembalemba hata pale alipowatendea uovu wa kupindukia.

Ukatili wa mfalme huyu haukuwa kwa wananchi wa kawaida tu, bali hata kwa familia yake mwenyewe, hasa mkewe, Malkia Junaha, ambaye alikuwa akimpiga kama ngoma ya kimanga. Alimradi kila mtu kwenye kasri la mfalme huyo alikuwa akikiona cha moto na hakuna aliyekuwa akithubutu kutamka lolote dhidi ya mateso aliyokuwa akiyapata. Hata wajumbe wa baraza lake la mawaziri pia hawakusalimika. Kila uchao wakiadhiriwa hadharani na wakati mwengine hata kupigwa mikwaju mbele ya wahudumu, wengi wakifukuzwa kazi na kuandikishwa wapya ambao nao pia wakafukuzwa hata maofisi yao hayajawazowea. Mfalme Malembalemba hakuwa mtawala wa kusikia chochote kutoka kwa yeyote na hata aliposema kuwa angelisikiliza, basi ilikuwa ni kwa kujifungia chumbani mwake na kujisemea peke yake. Alikuwa tu anausikiliza mwangwi wa sauti yake mwenyewe ukipiga viambaza vinne.

Hata hivyo, licha ya kuwatesa na kuwahodhi watu wote wa karibu na wa kando yake, kulikuwa na mtu mmoja tu ndani ya nchi nzima ambaye Mfalme Malembalemba alikuwa akimuengaenga kama uji mmoto – kwa ncha ya ulimi. Huyu hakuwahi kusikiwa akimkasirikia hadharani. Mtu huyo alikuwa kinyozi wake, jina lake Maandiko. Hakuna jambo alilotaka kinyozi huyu akalikosa kutoka kwa mfalme, ingawa kwa nidhamu ya woga aliyokuwa nayo, hakuwa mtu wa kuomba chochote cha ziada kutoka kwa bwana wake.

Kila mwisho wa mwezi, Kinyozi Maandiko aliingia kwenye jumba la mfalme wakati jua likikaribia kuzama na wawili hao wakajifungia chumbani kwa masaa kadhaa na kisha akatoka kurudi nyumbani kwake. Faragha hiyo ya mwisho wa mwezi ilikuwa ni kwa ajili ya kumnyoa nywele Mfalme Malembalemba. Kinyozi huyu aliishi akifanya kazi hiyo miaka na kaka na kila siku ya Mungu aliyorudi kutoka kazini, alikuwa anajifungia ndani mwake, hatoki tena mpaka siku kama hiyo mwezi ujao kurudi tena kwenye kasri la mfalme kumnyoa nywele. Mfalme alikuwa anamlipa pesa za kutosha kuweza kuihudumia familia yake kwa mwezi mzima bila ya kuhangaika huku na kule kusaka riziki pengine.

Siku moja, Kinyozi Maandiko akarudi nyumbani kwake akitokea kwa Mfalme Malembalemba na moja kwa moja akaenda chumbani kwa mkewe, akamuambia: "Mke wangu, mimi siwezi tena!" Mkewe akamuuliza: "Huwezi nini mume wangu?" "Siwezi tena kukaa na siri hii!" Akajibu. "Siri ipi tena hiyo?" Mkewe akamuuliza, lakini mumewe akashindwa kujibu na badala yake akamuaga kuwa usiku wa manane wa siku hiyo angelitoka, na akamuomba asimuambie mtu.

Basi usiku ule, Kinyozi Maandiko akatoka nyumbani kwake akiwa na jembe na pauro, akaelekea msitu wa mbali. Huko msituni akachimba shimo kubwa, kisha ndani ya shimo hilo akapiga ukelele mkubwa: "Mfalme ana pembeee!" Baadaye akalifukia shimo hilo na kurudi nyumbani kabla ya alfajiri haijaingia. Mkewe akamuuliza: "Mbona leo unaonekana una furaha na uso wako umekunjuka kwa bashasha?" Akamuambia: "Katika maisha yangu yote, leo ndio nimekuwa huru. Najihisi ahuweni. Nimeutuwa mzigo mkubwa uliokuwa mabegani mwangu." Mkewe akamuuliza tena: "Mzigo gani tena huo?" Lakini Kinyozi Maandiko hakujibu kitu, akalala akachukuliwa na usingizi mzito.

Siku zikaja na kupita, zikageuka wiki, wiki zikawa miezi na miezi ikawa miaka. Kinyozi Maandiko akawa anaishi maisha yale yale ya kawaida – ya kila mwisho wa mwezi kwenda kwenye kasri kumnyoa Mfalme Malembalemba na kurudi nyumbani kwake kusubiri mwisho mwengine wa mwezi ufike akafanye yale yale. Kule msituni alikokwenda kuchimba shimo, kukawa kumeota miti miwili aina ya mpopoo. Mipopoo ile ikakuwa na kuja juu, na kila ikiwa mikubwa ikawa inakaribiana na kuchuana; na pindi upepo unapovuma, ule mchuano wao ukawa unatoa sauti: "Mfalme ana pembeee!"

Siku moja, mama mmoja akaenda kusaka kuni msituni na akaisikia sauti hiyo ikiimba. Akashindwa kuamini masikio yake. Alipokaribia eneo inapotokea sauti yenyewe kumuona huyo anayesema maneno hayo ili amuonye awache kujitafutia balaa la kuzikwa mzima mzima majangwani na Mfalme Malembalemba, akaikuta kumbe ni miti inayoimba kwa madaha ya upepo: "Mfalme ana pembe!" Akarudi mbio nyumbani kuwaita watu wake washuhudie ajabu.

Basi namna hiyo ikawa, kufumba na kufumbua nchi nzima ikajuwa kuwa kumbe mfalme wao alikuwa na pembe. Mfalme Malembalemba akaaibika sana, akawa hajui cha kufanya. Akashindwa hata kutoka nje kwa kibuhuti; na hatimaye mauti yakamchukuwa.

Baada ya kifo chake, ndipo nchi hiyo ikampata mfalme mpya, ambaye hakuwa katili, bali akiwapenda wananchi naye wakampenda. Nchi yao ikatononoka kwa kila aina ya neema, na wakaishi maisha ya raha mustarehe, milele na milele.

Na huo ndio mwisho wa hadithi yangu.

Mohammed Khelef Ghassani

MFALME ANA PEMBE

MSAMIATI

aambapo	anaposema
tusiambe	tusiseme
kutuchocha	kutuchoma
tukiamba	tukisema
manamba	vibarua wa mashambani
tusimameto	tusimame
kwenenda	kwenda
illa hilo	hilo haliwezekani
mikano	nyama ngumu ya msuli
linabwabwaja	linaropokwa
chewa	aina ya samaki wa baharini

Mfalme ana pembe, kuliko pembe la faru
Lamfanya ajigambe, atishie kutudhuru
Aambapo tusiambe, hataki tuwe tu huru

Mfalme ana kucha, kuliko kucha la simba
Atumia kutuchocha, pale nasi tukiamba
Adhani tutamuacha, atugeuze manamba

Mfalme ana kwato, kuliko kwato la punda
Linakanyaga watoto, na wakubwa lawaponda
Ataka tusimameto, tusithubutu kwenenda

Mfalme ana jino, kuliko jino la ndovu
Jinole ni kubwa mno, tena lake lina nguvu
Atafunia mikano, ala na mawe makavu

Mfalme ana kia, kuliko kia la taa
Ndilo analoringia, lamfanya kupumbaa
Aonavyo twakhofia, litaja tupiga paa!

Mfalme ana domo, kuliko domo la chewa
Linabwabwaja mineno, mijineno is'o sawa
Adhani tu woga mno, tutaogopa semewa
Illa hilo!

MASWALI NA MJADALA

1. Unamfananishaje mfalme wa kwenye utungo na wa hadithi?

2. Unamtafautishaje mfalme wa kwenye utungo na wa hadithi?

3. Eleza kwa ufupi maana ya mishororo ifuatayo:

i. *Aambapo tusiambe, hataki tuwe tu huru?*
ii. *Linakanyaga watoto, na wakubwa lawaponda*
iii. *Adhani tu woga mno, tutaogopa semewa*

MIMI SI WEWE

MSAMIATI

nafusi	nafsi
kisisi	wasiwasi, woga
thamma	kisha (ya kiapo)
mnadi	anayewaita watu kuswali
akanadiya	akawaita watu kuswali

Mimi sina marungu, wewe unipigayo
Wala similiki pingu, wewe unifungayo
Jela ni yako si yangu, wewe unitiayo
Sina bunduki wala risasi, wewe unifyatuliayo
Lakini nina nafusi, ambayo wewe hunayo
Isiyo khofu wala kisisi, kwa yote unitendayo
Mimi sina wasiwasi, ambao wewe unao

Ndipo pale....
Uinuwapo rungu, kichwani 'kanishushiya
Buti lako lituapo, tumboni 'kanishindiliya
Na mikono yangu, pingu 'kaizungushiya
Jela ufunguapo, ndani 'kanisukumiziya
Mtutu unielekezeapo, risasi 'kanimwagiya
Huwa nafsini mwako, woga wakutembeya
Machoni mwako, miale ya hofu yakuwakiya
Waogopa siku yako, ya mimi kukugeukiya

Basi hapo...
Giza litapoondoka, kwa asubuhi kungiya
Miale itapotoka, angani wingu ikalipasua
Chini itapojichomeka, ikaipasha nchi ilosinyaa
Nuru itapotawanyika, mote mote ikasambaa
Jogoo atapowika, watu wakamsikiya
Mnadi 'tapoinuka, kwa nguvu akanadiya
Ndip umma utapoamka, ni muda wa kuamua
Muda huo kwa hakika, ndio unaokhofiya

Utaona...
Ilo rungu, siku litapokwanguka
Hiyo pingu, siku itapokatika
Bundukiyo, siku itapovunjika
Hizo risasi, zitashindwa kufyatuka
Lango la jela, mbeleyo litafunguka
Humo utupwe, kisha utasahaulika
Thamma utasahaulika
Kama vile hukuwapo!

MASWALI NA MJADALA

1. Jadili kufanikiwa na kutofanikiwa kwa jina la utungo huu.

2. Je, utungo huu ni wa kimapokeo au kimamboleo? Kwa nini?

3. Je, nini maana ya:
i. *Lakini nina nafusi, ambayo wewe hunayo*
ii. *Mnadi 'tapoinuka, kwa nguvu akanadiya*
iii. *Humo utupwe, kisha utasahaulika*

INA MITEGO DHULUMA

MSAMIATI

akidamadama	akinyatianyatia
'kaghariki (akaghariki)	akazama
'kihema (akihema)	akipumuwa kwa nguvu
akajipangusa	akajifuta

Ina mitego dhuluma, dhalimu imnasayo
Ndani yake akakwama
Akashindwa kusimama
Hata akidamadama
Nje hushindwa kutoka, hujikuta ameganda

Ina mikondo dhuluma, dhalimu immezayo
Ndani yake akazama
Vina virefu vya pima
'Katapatapa 'kihema
Akashindwa kuokoka, mkondoni 'kaghariki

Dhalimu huwa anasa, urimbo wa dhulumaye
Hata akijipangusa
Hata akanesanesa
Hata akijitikisa
Huwa azidi kungia, kwenye dhuluma nyengine

Dhuluma huwa yakaba, kabari adhulumuye
Pumzi ikamziba
Vibao ikamzaba
Ikamkata ujuba
Kila anayedhulumu, dhuluma humrejeya

MASWALI NA MJADALA

1. Ni ipi dhamira kuu ya utungo huu?

2. Katika kuielezea dhuluma, mshairi ametumia maneno yafuatayo:
a. mitego
b. mikondo
c. urimbo
d. kabari

Kwa kutumia mifano ya matumizi ya maneno hayo katika hali ya kawaida, elezea maana zao.

3. Chagua ubeti mmoja kati ya beti za utungo huu na uuhakiki kwa kuzingatia kipengele cha fani.

MIJIUSALAMA YA TAIFA

MSAMIATI

kumofa	kuila
waimofa	wanaila
wenenda	wanakwenda
iyo	hao (ukubwashi)
muambwao	munaoambiwa
laili	usiku
khulka	tabia

Mijiusalama ya taifa, iitwayo
Mbona nchi inakufa, mbele yao?
Wa kumofa waimofa, wenenda nayo
Iyo kama imekufa, maiti roho zao!

Mijiusalama ya raia, muambwao
Mbona watu mwavamia, majumbani mwao?
Mijipesa mwachukuwa, na mijimali yao
Wakidai mwawashitaki, kwa mijikesi siyo!

Mijeshi ya usalama, musemao
Mbona munawaandama, watu ambao –
Hata makosa hawana, khulka yao
Mijihalifu mwaiyona, huku mukila nayo!

Mijikosi ya serikali, mulipwao
Kwa yetu mijirasilimali, muipondayo
Ndio mujao laili, mutupigao
Mijishamba na mijiskuli, muichomao!

MASWALI NA MJADALA

1. Fafanua dhana ya ukubwashi kwenye utungo huu?

2. Taja maneno kumi yaliyotumia dhana ya ukubwashi.

3. Kwa nini mshairi ametumia dhana ya ukubwashi?

JUU YA KABURI LAKO

MSAMIATI

boso	aina ya ngoma kisiwani Pemba
baikoko	aina ya ngoma mjini Tanga
'tapayuka	nitasema maneno ya ovyo
jinga	kipande cha kuni kinachowaka
ama miye ama weye	ama zangu ama zako
mikwaju	bakora, viboko
kaburilo	kaburi lako
mijitusi (ukubwashi)	matusi makubwa makubwa
mijineno (ukubwashi)	maneno mengi mabaya

Juu ya kaburi lako, nangojea nizicheze
Boso nayo baikoko
Sababu maisha yako
Na wote uhai wako
Na zote shughuli zako
Ulizigeuza jinga, kuwachomea wenzako!

Omba nife mwanzo miye, nitanguliye kwa Mungu
Hapa wewe ubakiye
Laana uendeleye
Uchafuwo uzidiye
Uombe nisibakiye
Ama miye ama weye, hiwayahi mautiyo!

Sikuyo ikikufika, na miye ningali hai
Kaburinipo hakika
Patakuwa patashika
Mwingi mchakamchaka
Sitakaa nikabweka
'Talipiga kaburilo, mikwaju na mijeledi

Juu ya kaburi lako, nitaifanya sherehe
Watu nitawakusanya
Nitakula nitakunywa
Kisha nitarukaruka
Mijitusi 'tapayuka
Mijineno 'taropokwa, laana ya dua zangu

MASWALI NA MJADALA

1.Elezea lugha ya picha kama kwenye utungo huu.

2. Linganisha utungo huu na mwengine wowote kwenye Mlango wa Falsafa za Siasa.

3. Uandike tena ubeti wa pili kwa kutumia bahari ya tarbiya ukizingatia urari wa vina na mizani bila ya kupoteza maana iliyokusudiwa.

NAAPA KIAPO CHAKO

MSAMIATI

atwaye	achukuwe
Aapiwaye	Anayeapiwa (Mungu)
matambo	maringo
'tatwaa	nitatwaa
halitaje	nikalitaje
ungakuwapo	kama utakuwapo
i papo	ipo hapo hapo
halitaje	nikalitaje

Kiapo hiki kiapo, Zenji ni kiapo chako
Naapa kwa Aapiwaye, ya kwamba mimi ni wako
Hatazuka wa kusema, atwaye nafasi yako

Naapa hiki kiapo, uridhike moyo wako
Ukae 'kijiamini, kwamba mimi mali yako
Nawe tamba kwa matambo, mbele ya wote wenzako

Naapa leo na kesho, uhai ungakuwapo
Sitabadili kauli, na nia yangu i papo
Na lau 'takufa leo, 'tazikwa na pendo lako

Ikiwa takufa leo, popote kifo kijapo
Nchi yoyote iwayo, mji wowote nilipo
'Tatwaa yako mahaba, niende nayo nendako

Nitachukuwa mahaba, sandani mwangu yaweko
Kwa Mungu nitayabeba, halitaje jina lako
Hadi siku ya kiama, itadumu hadhi yako

MASWALI NA MJADALA

1. Kiapo gani hasa ambacho mshairi anaapa kwenye utungo huu?

2. Fafanua dhana ya nafsi kama ilivyojitokeza kwenye utungo huu.

3. Katika ubeti wa tatu, mshairi anasema: "Na lau 'takufa leo, 'tazikwa na pendo lako." Anamaanisha nini?

Mohammed Khelef Ghassani

MGUU WAKO WA KHERI

MSAMIATI

uzingapo	unapotafuta
uzeekapo	unapozeeka
watwani	nchi, taifa
jamali	mzuri
wajihi	uso
i papo	ipo hapo hapo
wapuma	unapumua

Mguu wako watuwa, kheri zetu uzingapo
Dhima umeichukuwa, unayo kila wendapo
Tangu kijana ukiwa, na leo uzeekapo
Umo bado wewe umo
Vitani bila ukomo
Mapenzi yas'o kipimo, ulonayo kwa watwani

Tangu mwanzo alfajiri, 'lipokucha jua lako
'Lipokuwa na misuli, jamali wajihi wako
Yautembea muili, moto moto damu yako
Hadi na leo ambapo
Li dhaifu tambo lako
Bado dhamira i papo, wapigania watwani

Umesimama daima, palipo dhamira yako
Nchi hii ilokwama, ilofundikwa fundiko
Wapuma kwayo wahema, na ndicho kiapo chako
Kiapo wenenda nacho
Hadi kiwe utakacho
Na hicho si chenginecho, bali hadhi ya watwani

MASWALI NA MJADALA

1. Nini maana ya nahau "mguu wa kheri"?

2. Mshairi anazungumza na nani kwenye utungo huu?

3. Nini maana ya mishororo ifuatayo:
i. *Tangu kijana ukiwa, na leo uzeekapo*
ii. *Yautembea muili, moto moto damu yako*
iii. *Wapuma kwayo wahema, na ndicho kiapo chako*

SI WAO, NI NYIYE

MSAMIATI

kathiri	wingi
natija	faida
mu	nyinyi ni

Wao...
Sizo nguvu zao, wanazozitegemea
Si ujasiri wao, wanazoziringia
Sio wingi wao, wanaotumia
Si majabari, si majasiri, si kathiri
Lakini....
Udhaifu wenu, wao wawasaidia
Huo woga wenu, wao wawapalilia
Na maisha yenu, mwazidi umia

Kwa kuwa...
Muna nguvu, hamuna umoja
Muna werevu, na nzuri hoja
Bali mu povu, lisilo natija!

Hebu.....
Simameni kwa pamoja
Semeni sauti moja
Uhishimuni umoja
Kisha wao tuwaone
Na hizo nguvu zao
Na huo ujasiri wao
Na huo wingi wao!

MASWALI NA MJADALA

1. "Si wao, ni nyiye". Nani hao? Fafanua.

2. Elezea matumizi ya nafsi kwenye utungo huu.

3. Uhakiki ubeti wa tatu kwa kuzingatia madhui.

KURA ISIYO THAMANI

MSAMIATI

msongoni	kwenye mstari
thineni	mbili
miteni	mia mbili
humukhini	humnyima
namba wani	wa kwanza

Huwa twatoka nyumbani
'Kajipanga msongoni
Jua na mvua kichwani
Na siye tukabakia

Tukashuka vituoni
Na kipande mkononi
'Kajitia kichumbani
Na alama tukatia

Twafanya hilo amini
Mara tele si thineni
Bali hatuna imani
Ya kura kuhishimiwa

Tunayempa idhini
Akaye madarakani
Watawala humukhini
Kura wakamuibia

Tumtakaye yakini
Kila mara namba wani
Huongoza sandukuni
Raia twamchaguwa

Walakini mkoloni
Jeshi huleta mijini
Vifaru barabarani
Kura akaipinduwa

Tupige mara miteni
Kura yetu sandukuni
Madhali siye koloni
Haiwezi hishimiwa!

Na sasa tufanye nini
Kura haina thamani
Na siye hatuamini
Kuwa yaweza amuwa?

MASWALI NA MJADALA
1. Elezea matumizi ya sitiari kwenye utungo huu.

2. Je, utungo huu ni bahari gani miongoni mwa bahari za tungo?

3. Eleza jinsi yalivyosaidia kueleza dhamira ya mshairi:
    i. Msongoni
    ii. Idhini
    iii. Sandukuni
    iv. Thamani

N'TASIMAMA JUANI

MSAMIATI

makoowa	mapande makavu ya udongo
mavuvi	shughuli za uvuvi
nilisweke	nilichomeke kwa nguvu
majiti	miti mikubwa
kiota	nyumba
mavuvi	kazi ya kuvua
ghera	wivu wa kheri

N'tasimama juani, jasho linimiminike
Mizizi shingoni itanuke
Jembe juu liinuke
Ardhini nilisweke
Makoowa niburuge, kisha nipande nafaka!

Msituni 'tasimama, mkononi panga nishike
Pori nilifyekefyeke
Majiti puu! Yaanguke
Mijiba motoni ichomeke
Nitayarishe kiwanja, kujenga kiota changu!

Dauni n'tasimama, kijua kikinipiga
Katikati mkondoni
Makasia mkononi
Nyavu nizirushe majini
Mavuvi ni kazi yangu, mimi mwana wa bahari!

Kweupeni 'tasimama, kuzinga yangu riziki
Kusawiri kesho yangu
Yangu miye na wanangu
Wanangu na nchi yangu
Na wala sitaanguka, kwa vuke la jua kali!

N'tasimama hakika, madhubuti na imara
Moyoni nina dhamira
Usoni sina hasira
Ila 'mejawa na ghera
Na hamu ya kwenda mbele, kwa miguu yangu mwenyewe!

MASWALI NA MJADALA

1. "Mizizi shingoni itanuke". Je, hii ni tamathali gani ya semi na kutumika kwake kuna maana gani kwenye utungo huu?

2. Mshairi anasema: "Nitayarishe kiwanja, nijenge kiota changu." Je, amekusudia nini? Eleza kwa ufupi.

3. Neno "N'tasimama" limerelejewa mara kadhaa kwenye utungo huu. Ni upi umuhimu wa mbinu hii katika utungaji?

TUTAPAMBANA KAMA BABA?

MSAMIATI	
nifavyo	ninavyokufa
kupuma	kupumua kwa nguvu
katwachiza	kuacha kutulea
kupokwa	kunyang'anywa
uhaiwo	uhai wako
watotowo	watoto wako
safariyo	safari yako
ukapumuwe	ukapumzike
kumeza matapishi	kugeuka wanafiki

Mwanzoni mwa asubuhi, dunia inaamka
Malaika wa Mauti, kwa baba yetu kashuka
"Nimetumwa na Molao, mbeleye wapaswa fika!"
Kwa sauti ya kupuma, baba akamuuliza:
"Ni vipi hawa wanangu, ni nani wa kuwatunza
Kupambana mapambano, nani atawaongoza?"

Malaika akasema:
"Uliishi uhaiwo, kwa hima ya kupambana
Ukazaa watotowo, kwa hima ya kupambana
Sasa hii safariyo, wauliza kupambana?
Hebu tuende kwa Mola, urudi ukapumue!"

Baba naye akajibu:
"Kurudi kwa Bwana'ngu, sipingi katu sipingi
Hiyo ni faradhi yangu, nimeishi siku nyingi
Khofu ni vijana wangu, wataopatwa na mengi
Wataweza mapambano, wayaishi mapambano
Na wafe kimapambano, kama nifavyo baba yao?"

Basi Baba 'katwachiza, 'kaondoka akikhofu
Lau wanawe twaweza, kuubeba utukufu
Tutaweza kusimama, kulinda kauli yetu?
Tusiogope lawama, wala fitina za watu
Kuvuliwa uraia, na kupokwa kila chetu
Za kuzuiwa riziki, kwa kufungiwa milango!

Tukigeukwa na watu, hata walio wapenzi
'Kapokwa ajira zetu, na pesa ya matumizi
Na paka jikoni kwetu, akalala usingizi
Nalo kubwa kosa letu, kufata nyayo za baba
Kusema ukweli wetu, wa haki na wa haiba
Wanawe tutasubiri, na kisha twende pamoja
'Sigeuze shingo zetu, na kumeza matapishi?

MASWALI NA MJADALA

1. Lugha ya picha imetumikaje kwenye utungo huu?

2. Neno "kupambana" limetajwa mara nyingi kwenye utungo huu. Lina uzito gani?

3. Nini maana ya mishororo ifuatayo:

i. *Hebu tuende kwa Mola, urudi ukapumue!*
ii. *Na paka jikoni kwetu, akalala usingizi*
iii. *'Sigeuze shingo zetu, tukameza matapishi*

DHIKI YAKO, DHIKI YANGU

MSAMIATI

'livyokongoka	ulivyodhoofika
umesawijika	umefadhaika
watwani	nchi, taifa
mbeleyo	mbele yako
kwikwi	kilio cha kugugumia
biladi	nchi
zapita zikipituka	zinazidi kupita
'mekulemea	umekuzidi nguvu
ninadhikika	ninapata dhiki

Naona 'livyokongoka, nami nakuhurumia
Uso umesawijika, na ngoziyo 'mesinyaa
Lau si haya mashaka, wewe yalokunamia
Nawe ungefurahia, Wallahi watwani wangu

Ona chozi lanitoka, chiriri linachiria
Mateso unoteseka, ndiyo miye nalilia
Si mimi niliyetaka, watakao wawajua
Chozi langu liwe dawa, kwako wewe nchi yangu

Zapita zikipituka, siku zikishuhudia
Matendo yanotendeka, mbeleyo 'mejinamia
Huku kwikwi zakutoka, wala huwachi kulia
Mzigo 'mekulemea, hakika biladi yangu

Watwani 'mekuwa taka, jaani linoishia
Nami najuwa hakika, hili hujaliridhia
Moyoni ninadhikika, nataka kusaidia
Bali wapi 'taanzia? Nieleza nchi yangu

Tama hivi umeshika, waitazama dunia
Wengine waneemeka, wengine waangamia
Nawe unamalizika, na kuchwa yakunamia
Pengine yatakimbia, mbali nawe nchi yangu

MASWALI NA MJADALA

1. Jina linahusiana vipi na utungo wenyewe?

2. Katika utungo huu, mshairi anazungumza na nchi yake. Mbinu hii inaitwaje kwenye fasihi?

3. Neno "tama" kwenye ubeti wa mwisho linamaanisha nini?

AJABU YA WATU HAO

MSAMIATI	
wabwagwao	wanaobwagwa, wanaoangushwa
hwambwa	huambiwa
ha wa	hawako
mitemani	msitu uliotemwa kwa ajili ya kilimo
wachangavyo	wanavyochanga, wanavyopasua kuni
wazingao	wanaozinga, wanaotafuta
vijiweni	maskani, mitengoni, vibarazani
zingani	zingeni, tafuteni
simamani	simameni
limani	limeni
tumikani	tumikeni

Ajabu wasimamao, na kukwea mlimani
Hufanya juhudi yao, wafikie kileleni
Bali ndio wabwagwao, punde wawakuta chini
Waonwa si wa kupanda
Wasimamao sio wapandao
Ela hwambwa simamani!

Ajabu ya wazingao, kutwa kucha wa njiani
Hutoka kwao mawiyo, machweo ha wa nyumbani
Bali sio wapatao, hupata walio ndani
Waonwa hawajuwi zinga
Wazingao sio wapatao
Bali hwambiwa zingani!

Ajabu ya walimao, washindavyo mitemani
Hutumia nguvu zao, jua na mvua kichwani
Bali sio wavunao, huvuna wa vijiweni
Huonwa si wa kuvuna
Waulimao sio wauvunao
Lakini hwambwa limani!

Ajabu ya wapikao, wachangavyo tele kuni
Huzivunja nyonga zao, kukoroga biriani
Bali sio wailao, hula walio jamvini
Hwonwa hawajuwi kula
Waupikao sio waulao
Ela hwambiwa pikani!

Ajabu ya watu hao, na wengi wa kila fani
Ajabu watumikao, sio walo na thamani
Hiyo ni ya wengineo, walioketi vitini
Wasojali juhudi yao
Watumikao sio watumiao
Japo hwambwa tumikani!

MASWALI NA MJADALA

1. "Ajabu ya Watu Hao". Ni ajabu gani hiyo?

2. Mtindo wa kinyume-mbele uliotumika humu umesaidiaje kuuwasilisha ujumbe?

3. Toa mifano mitano ya vinyume-mbele vilivyomo humu.

MIYE ZOMBI

MSAMIATI

nitwaa	nichukuwa
nduli	malaika wa mauti, mtu katili
kipando	chombo cha usafiri wa nchi kavu
zombi	(Kiing. zombie) msukule
ndimi	ni mimi, ndiye miye

Mama aliponizaa, 'lidhani kazaa mtu
Akanilea nikuwe
'Kanifunza ili niwe
Binaadamu si mwewe
Bali mara akazuka, nduli akaja nitwaa

Nduli 'kanitwaa kwetu, porini kanipeleka
'Kanigeuza nyamamwitu
'Kauvunja wangu utu
Kichwani kaweka vitu
Unga na bangi na pombe, akasema ndiyo dini

Nduli dini akanipa, dini yake ya kishenzi
Dini ya kupigapiga
Dini ya kuchomachoma
Dini ya kubakabaka
Shahadaye kutamka: "Mapinduziii Daimaaa!"

Nduli unga alonipa, na misokoto ya bangi
Kwetu alonihamisha, kwenda kuniweka Bungi
Usiku huniamsha, 'kanipa nondo na shungi
Na bisibisi na nyundo
Kisha napanda kipando

Navaa misurumbwete
Uso napaka masizi
Kichwani wigi la nywele
Naingia mitaani, kuusambaza ushenzi
Ninasambaza kipigo, hata kwao watu wangu

Nayabomoa majengo, ya ndugu jamaa zangu
Naiba hata muhogo, sokoni kwenye mafungu
Mchana wa Ramadhani, nasahau kuna Mungu
Ndimi niitwaye zombi, na uzombi dini yangu
Napigapiga
Nabakabaka
Navunjavunja
Kisha nduli anitupa, kama asiyenijuwa!

MASWALI NA MJADALA
1. Mtambaji kwenye utungo huu ni nani? Anazungumza na nani?
2. Neno "dini" limetumika kwa maana gani kwenye utungu huu?
3. Mtindo wa majigambo uliotumiwa na mshairi una nafasi gani kwenye kazi za fasihi?

RUDINI KWENYE MZUGO

MSAMIATI

mzugo	dawa inayotumika kuwazuga watu
wangawa	japo wangelikuwa
shumigo	sifa
watakwao	watu wanaotakiwa
wambwa	wanaambiwa
satuwa	hadhi, hishima
zuzuwo	maringo ya kusuta

Rudini kwenye mzugo, muangalie muone
'Livyozuwa wapendwao, wasio cha kupendewa
Ukawajaza hashuo, limbukeni wamekuwa
Ukawapandisha na vyeo, waitwa wahishimiwa
Lau si huu mzugo, nani angeliwajuwa?

Rudini kwenye mzugo, muhakiki muuone
'Mewaleta watakwao, wasio cha kutakiwa
Kuchwa mbele ya viyoo, uzuri wauchomowa
Wajiona wapaao, wangawa hawana mbawa
Laitani si mzugo, nani angewatambuwa?

Rudini kwenye mzugo, muchakuwe muuone
'Metowa wasifiwao, wasio cha kusifiwa
Japo sio wambwa ndio, kwa shumigo na satuwa
Wajidhani ndio hao, wajitunisha vifuwa
Usingekuwa mzugo, nani angewasikia?

Rudini kwenye mzugo, mutazame muuone
Una watamaniwao, was'o cha kutamaniwa
Umewavisha maguo, ya lasi na ya mauwa
Wana deko na zuzuwo, waona wahitajiwa
Kama si huo mzugo, kamwe 'singetamaniwa!

MASWALI NA MJADALA

1. Ni nini maana neno mzugo kwenye utungo huu?

2. Chagua nomino zinazoakisi moja kwa moja neno "mzugo".

3. Pendekeza majina mawili ya utungo huu tafauti na ulilonao.

Mohammed Khelef Ghassani

MANENO YAO

MSAMIATI

masharifu	wanaotoka kizazi cha Mtume (S.A.W)
hukhalifu	hupinga
urari	uwiano
fujari	fujo
hawasekiseki	hawatikisiki
undeme	ukorofi
Wanenayo	wanayosema

Maneno yao sabuni, yanakosha nguo chafu
Wasemapo utadhani, wao ndio masharifu
Matendo yao lakini, uvundo yake harufu
Vitendoni hukhalifu, wanenayo mdomoni

Marefu maneno yao, moyoni yenye athari
Wavipanga vina vyao, kwa bahari na urari
Ngojea matendo yao, uone hiyo fujari
Wajiona mahodari, kwa mbinu watumiyayo

Wakisema hawachoki, masaa yangawapita
Wala hawasekiseki, na wala kusitasita
Lau utawapa chaki, utafuta ukifuta
Wangawa watu wa vita, wao hutangaza haki

Mambo yao ya kinyume, na hivi ndivyo walivyo
Utawaomba waseme, usikie wasemavyo
Bali matendo undeme, kinyume wahubirivyo
Wanafanya watakavyo, ati wao ni madume!

Basi maneno ni hayo, matamu kama asali
Shira yatiririkayo, yamerembwa kwa sukari
Lakini wayafanyayo, machungu kama shubiri
Kisha wingi wa viburi, hawajali watendayo!

MASWALI NA MJADALA

1. Elezea maana ya mshororo wa kwanza wa kila ubeti.

2. Linganisha mshororo wa kwanza na mshororo wa mwisho wa kila ubeti na elezea kwa ufupi ulichokigundua.

3. Uteuzi wa maneno ni moja ya sifa kuu za ushairi. Elezea ulivyofanikiwa au kutofanikiwa kwenye utungo huu.

KICHEFUCHEFU

MSAMIATI

tapisi	matapishi
kekefu	mate makali
kisokomoke	kitoke kwa nguvu

Kichefuchefu, tapisi chanipandisha
Huo uchafu, tumboni waukorogesha
Usumbufu, tafrani isokwisha
Sasa kekefu, 'meanza 'teukizisha
Mbaya harufu, pua ishaanza washa
Natamani kinitoke
Tumbo langu lisafike
Na moyo ushuwarike
Nataka nikitapike
Nataka kisokomoke
Ila nakhofu kuwachafuwa!

La kuwachafuwa, 'singekuwa nikhofulo
La kuwainuwa, mukazinga mataulo
Mukakimbilia, kujisitiri vipolo
Basi ningalicheuwa, likawapata ambalo –
Hamukulijuwa, ya kuwa kweli munalo
Nami tumbo lingasafika
Moyo ungashuwarika
Chote kingasokomoka
Pwaa! Nikatapika
Mbele yenu!

MASWALI NA MJADALA

1. Nini maana ya kichefuchefu?

2. Jadili kipengele cha taswira kwenye utungo huu.

3. Fafanua muundo na mtindo uliotumika kwenye utungo huu.

NAWE 'TACHIRIZWA DAMU

MSAMIATI

'tambwa	utaambiwa
mwana kutenda	mtu unayeweza kufanya jambo
utukizi	chuki
yakung'ozowe	yakung'owe kwa ghafla
wenende	uende
wambwe	uambiwe
akwambe	akwambie

Nawe 'tachirizwa damu, kama ulivyochiriza
Sasa hii yako zamu, kuchinjwa ukaumizwa
Kisha kukatiwa ndimu, dondani 'kasogonezwa
Kisha 'tambwa: "haya tenda, lau u mwana kutenda!"

Nawe 'tachomwa kijinga, cha moto kilokolezwa
Kisha kwa michi 'tatwangwa, haupetwi wasakizwa
Kisha mavunge 'tavungwa, motoni kuteketezwa
Kisha 'tambwa: "haya fanya, lau kweli mfanyaji!"

Nawe 'tatokwa machozi, kama ulivyowaliza
Michiri michirizi, makombe utayajaza
Utendwe ya utukizi, wenzio ulowatenza
Kisha 'tambwa: "haya onja, kama machungu yalika!"

Nawe wacha yakupate, ulopatisha wenzio
Roho yako yakuvute, yakung'ozowe na moyo
Misiba ikufuate, wendako wenende nayo
Kisha wambwe: "kusudio!" huna wa kukufariji

Yakushike ushikike, tabu, shaka na madhila
Daima 'sikubanduke, hata siku ya kulala
Kaburini nayashuke, uzikwe nayo jaala
Kwa Mola 'kihudhuria, akwambe: "Mja laana!"

MASWALI NA MJADALA

1. Nini maana ya jina la utungo huu: "Nawe 'tachirizwa damu"?

2. Elezea muundo wa utungo huu.

3. Neno "nawe" linatoa ujumbe gani kwa mujibu wa lilivyotumika kwenye utungo huu?

MULINDAO VIBARUWA

MSAMIATI

kibaruwa/vibaruwa	kazi za kuajiriwa
zambwa	zinaambiwa
mabumunda	chakula kinachofanywa kwa mchele mbichi
vijiyo	mlo wa jioni
zambwa	zinaambiwa
mijakazi (ukubwashi)	vijakazi, watumwa wa kike
mitwana (ukubwashi)	watwana, watumwa wanaume
mibazazi (ukubwashi)	watu wasio maana, wapuuzi
mahayawani	wanyama
kautwaa	ameuchukuwa

Midomo mujifungao, musiseme muonapo –
Mabaya yatokeyayo, kweupeni nanyi mupo
Wenzenu watendewayo
Tena yawaumizayo
Ati mwalinda vijiyo, na mkate asubuhi
Ole wenu!

Mwaitwa wafanyakazi, zenu zambwa ni ajira
Mwatendwa ya kipuuzi, mwavunjwa yenu dhamira
Mumekuwa mijakazi
Na mitwana mibazazi
Bwana kawapeni kazi, kautwaa wenu utu
Mahayawani!

Yalo kinyume mwatenda, kinyume na zenu nyoyo
Walo wenu mwawaponda, kumridhi bwana huyo
Kisha nyumbani mukenda
Mwanywa maji kwa mafunda
Kushushiya mabumunda, ya ajira mulindayo
Laana tupu!

Mwavilinda vibaruwa, vis'o kitu vis'o pato
Vijipesa munopewa, si nguzo ni vijifito
Hakuna linalokuwa
Mshahara 'kichukuwa
Dukani ukiutia, hamuna kibakiacho
Kikia cha mbuzi!

MASWALI NA MJADALA

1. Jadili uhusiano wa mstari wa mwisho wa kila ubeti na wazo kuu la utungo mzima?

2. Maneno watwana na wajakazi yana mizani sawa na mitwana na mijakazi. Kwa nini mshairi ametumia maneno haya?

3. Mshahara wanaolipwa wafanyakazi anaowasema mshairi ameuita 'vijipesa' na 'vijifito.' Utumiaji wa udogoshi kwenye namna hii unamaanisha nini? Una uzito gani kwenye ujumbe?

Mohammed Khelef Ghassani

TAKIRIMA YA VYEO

MSAMIATI

takirima	takrima, zawadi
kusagura	kuchaguwa
enzeli	ufalme wa milele
uluwa	utukufu
buzi	mwanamme mwenye hawara
ha'ko	hayuko
enzeli	zama za utukufu

Inamwagwa takirima, ya vyeo na ya uluwa
Washirika wagawana, kama tende na haluwa
Pa baba kashika mwana, na mke pia kapewa
Hawara katunukiwa
Na kuwadi kagaiwa
Na buzi limeambiwa, 'tatengewa nafasiye!

Uchaguzi ushakwisha, sasa ni zamu ya kula
Ha'ko atayebakishwa, mule munamo duara
Wote hao 'taapishwa, kwa nyadhifa watang'ara
Na walinzi na ving'ora
Na mikubwa mishahara
Wakapate kusagura, hazina kukombakomba!

Msimu umeshafika, myaka mitano kamili
Ya kungia na kushika, mote mwenye mihimili
Maswahiba kupachika, kutengeneza enzeli
Na kushika kwelikweli
Njia na zote amali
Vitega uchumi na mali, ni muda wa kugawana!

Kelele na shangwe zao, walizopita kunadi
Kuwanadi watu wao, 'kimwaga nyingi ahadi
Dhamira na lengo lao, madarakani kurudi
Kuficha madhambi yao
Kila siku watendayo
Kila siku yazidiyo, nchi kuuiangamiza!

MASWALI NA MJADALA

1. Kwa nini mshairi ameuita utungo huu "Takrima ya Vyeo"?

2. Kwa maneno yasiyozidi 200, uchambuwe ubeti wa pili.

3. Je, ni ipi hadhira ya mshairi kwenye utungo huu? Fafanua.

RABBI USIMRUDISHE

MSAMIATI

nduli	malaika wa mauti, mtu katili
mdamirishe	mfanye apotelee mbali
vibutu vibutu	vipande vipande
mnakamishe	muangamize
alifurutu	alichupa mipaka
ugoromeshe	ufanye uwe upande, ugoromane
agashe	awe na maziwa
mshipanikwe	kwenye mshipa wake
kisutu	aina ya nyoka
fyatu	kitu kilichotenguka

Rabbi usimrudishe, nduli kwenye nchi yetu
Endako mdamirishe, kurudi asithubutu
Matesoni mteseshe, afe vibutu vibutu

Ilahi mnakamishe, sababu alifurutu
'Simuache azidishe, kuhasidi watu wetu
Hapa hapa muoneshe, ya kwamba naye si kitu

Mdomo ugoromeshe, uuvute kama chatu
Ngoziye uizidishe, madonda na ukurutu
Jasho ummiminishe, lenye chumvi tani tatu

Mshipanikwe agashe, atune kama kisutu
Shingoye uigandishe, hazunguki kama fyatu
Miguu inyumbulishe, ashindwe vaa viatu

Sisemi nikufundishe, hufundishwi Mola wetu
Sisemi nikukumbushe, Wewe husahau kitu
Ila Ya Rabbi muushe, huyu ni nduli si mtu

MASWALI NA MJADALA

1. Unaweza kuuelezeaje utungo huu: ni dua, maapizo, malalamiko, suto? Kwa nini?

2. Vipi neno "nduli" limefanikiwa au kushindwa kuakisi dhamira kuu ya utungo huu?

3. Kwa kutumia ubeti, fafanua matumizi ya tamathali za semi angalau tatu ulizozigundua:

Mdomo ugoromeshe, uuvute kama chatu
Ngoziye uizidishe, madonda na ukurutu
Jasho ummiminishe, lenye chumvi tani tatu

SISAHAU

MSAMIATI

shindi	utani uliopitiliza
nimeazimu	nimeazimia, nimekusudia
lino	hilo
juto	majuto
sabahi	asubuhi
Isha	sala ya Isha'a
Mlijuu	Mwenyezi Mungu
ghururi	hadaa
nakama	balaa

Ungetaka nisahau, dhuluma ulonitenda, wala 'singenikumbusha
Lakini yako dharau, damuni yako yakwenda, unayo waizidisha
Na umo wapiga mbiu, kwa nyingi shindi na inda, ati utayarejesha
Kwayo siwezi sahau!

Hakika ni jambo gumu, kuusahau ushenzi, moyoni kuuondosha
Ndani 'meninywesha sumu, imeniti maradhi, yanilevya yaniwasha
Na miye nimeazimu, liwe zangu kumbukizi, 'talikumbuka maisha
Sababu wanikumbusha!

Lino kubwa jambo zito, ulonitenda dhahiri, kichwani lishafungasha
Usinifanye mtoto, kwa maneno ya ghururi, 'kawa wanibabaisha
Usijitie majuto, wewe mja wa viburi, na huku wasogonesha
Kusudi nipande joto!

Iwache iniumize, nakama mwangu damuni, na roho kunitonesha
Iwachie inilize, dhiki ichome machoni, machozi kunirovyesha
Liwache linilemaze, balaa mwangu moyoni, nendapo 'tajibebesha
Nawe vitimbi zidisha!

Naapa sitasahau, wala sitalipuuza, si sabahi wala Isha
Ongeza zako dharau, ya kale kuyarejeza, uzidi kunikumbusha
Naapa kwa Mlijuu, Wallahi nitalipiza, na moja sitabakisha
Tena mwaka huu huu!

MASWALI NA MJADALA

1. Maneno gani yametumika kuelezea dhuluma?

2. Jadili mgogoro unaoibuliwa na mshairi kwenye utungo huu.

3. Hakiki matumizi ya lugha kwa ujumla.

WACHANGIZI NDIO WALE

MSAMIATI

wekuwa	ulikuwa
uli	ulikuwa
hwetubutu	hukuthubutu
quwa	nguvu
waa	wapi
yani	nani
lisani	ulimi
muli	mulikuwa
wepwerewa	walishindwa
pehe	mjinga
potole	mpotofu
wavyele	wazee
unani	una nini
papatu	vita, mapigano
panyamwawe	panyamazwe
sambe	usiseme

Nambiya wekuwa nani, kabla ya leo kuwa?
Wetambuliwa kwa nini, kwa lipi walikujuwa?
Wekuwa na jambo gani, watuni ulotajiwa?
Uli dude kama buwa, hafifu us'o thamani

Watuni uli kijitu, hata na hivyo hukuwa
Hata ungaita watu, hwethubutu itikiwa
Ulizikhofu papatu, kwamba hukuwa na quwa
Leo hii kunakuwa, kukohowa wathubutu?

Yu waa na ni yani, aliyekutenda kuwa?
Aliyekupa lisani, na neno lenye fatuwa
Kuweza fika watuni, panyamwawe 'kasikiwa
Sambe ulijiinuwa, wa chini uwambieni?

Mfalme Ana Pembe

Zikumbuke siku hizo, mtimanimo tambuwa
Hatua uzipigazo, peke guu hwenyanyuwa
Mwingi muli na vikwazo, nawe mwingi wepwerewa
Umma 'kajitutumuwa, vije wafanya machezo?

Nambiya ulitendani, pehe mtu ulokuwa?
Kazi ukivunda ndani, nje kwako ili dawa
Lakini ulimwenguni, tusodhani ndiyo huwa
Ndipo nawe umekuwa, hako anayeamini

Changi zilichangwa tele, hatuwa hadi hatuwa
Wachangizi ndio wale, walonyonyoka mabawa
Unani ewe potole, hujuwi wahishimiwa?
Leo unawabaguwa, we mtovu wa wavyele

MASWALI NA MJADALA

1. Katika utungo huu, mshairi anazugumza na nani?

2. Mshairi ametumia mtindo wa kuuliza maswali. Ni nini umuhimu wa mtindo huu kwenye kazi za fasihi?

3. Fafanua mishororo ifuatayo:

> i. *Wekuwa na jambo gani, watuni ulotajiwa?*
> ii. *Sambe ulijiinuwa, wa chini uwaambieni?*
> iii. *Unani ewe potole, hujuwi wahishimiwa?*

MLANGO WA FALSAFA ZA MAISHA

PAUKWA.

Hapo zamani za kale, waliishi ndugu wawili mapacha – Chura na Jongoo. Wote walikuwa na sura jamali za kuvutia na maumbo ya kupendeza. Alimradi kila mmoja, alikuwa akiwapenda na akiwania kuwa nao mapacha hawa kwa sababu ya uzuri wao. Hata ikawa mtu akisifiwa kwa uzuri, anafananishwa nao. Akitajwa kwa umaridadi, analinganishwa nao. Alimradi, mapacha Chura na Jongoo walikuwa ndio alama ya urembo.

Lakini, licha ya uzuri wote waliokuwa nao wawili hao, mmoja kati yao hakuwa akijiamini na urembo wake. Huyo alikuwa Chura. Kila alipopita na mwenzake na kusikia wakisifiwa na watu, yeye alikuwa akifahamu kuwa anayesifiwa hasa ni mwenzake Jongoo, naye alikuwa akivishwa kilemba cha ukoka tu. Na kila walipofika nyumbani, Chura alimuambia Jongoo: "Mwenzangu wee, zile sifa zilikuwa zako tu. Mimi nimetajwa kwa kuwa upo tu." Jongoo akawa anajitahidi kumsemesha na kumueleza nduguye kuwa wote wawili ni wazuri na wanapendeza na sifa ni zao wote pamoja. "Mbona ninapopita peke yangu, huwa siambiwi vile tunavyoambiwa pamoja!?" Alikuwa akiuliza Chura.

Siku zikapita, huku Chura akiishi maisha ya kuhuzunika na kujikosoa mwenyewe. Hakuwa akiridhika. Kila akikaa mbele ya kioo, alikuwa anajichuna hapa, akijipara pale. Anajipaka hiki, akijikozeshea kile. Mara ajichonge mdomo kama wa kwembe asubuhi hii, lakini ikifika jioni aubatishe uwe kama wa bata. Mara leo ajipake rangi nyeusi kama kunguru, kesho ikifika ajipake nyeupe kama njiwa manga. Alimradi kila urembo aliokuwa akiuongeza, Chura alikuwa anajiona bado hajawa mzuri wa kutosha. Alipojilinganisha na mwenzake Jongoo, alikuwa anamuona yeye ni mrembo zaidi, ana ngozi nyororo zaidi, ana mwendo wa madaha zaidi, ana urefu wa kuvutia zaidi, ana hiki au kile zaidi yake.

Siku moja akamuita: "Jongoo, unajuwa kuwa mimi nimechoka na hii hali. Kwa nini, siwezi kuwa mzuri mimi kama wewe?" Kwa mara nyengine, Jongoo akamuhakikishia ndugu yake kuwa naye ni mzuri sana. Lakini pia, kwa mara nyengine tena, naye Chura hakukubali. Akamshikilia amueleze hasa siri ya urembo wake. "Hebu Jongoo niambie, kwa nini hii ngozi yako kila siku inang'ara hivi?"

"Mimi sifanyi kitu kikubwa...." Jongoo alikuwa ameanza kusema, lakini kabla hajamaliza, Chura akamtangulia kwa maneno. "... Kwa hivyo huwa unakoga tu kama hivi ninavyokoga mimi? Kisha unafanya nini? Mbona wewe ngozi yako ni nzuri sana hivyo?"

"Ngoja kwanza," Jongoo akaendelea tena. "Mimi huwa nakwenda kisimani alfajiri...." Kabla hajamaliza, akawa Chura ameshamrukia tena mbele. "...kumbe kisha unaruka unajitia mule kisimani mzima mzima..."

"Hapana," Jongoo akajibu kwa upole. "Siingii kisimani. Bali nachota maji, halafu nakuja nayo nyumbani..." Kabla hajamalizia, kwa mara nyengine Chura akaingilia kati: "....alaa kumbe ukifika nyumbani unayachanganya na mafuta....."

Basi kazi ikawa ni hivyo. Jongoo hamalizii kumaliza anachokusudia kukisema, Chura huwa ameshaingilia kati kusema yake, naye Jongoo akawa anamrekebisha na kuendelea kuzungumza namna alivyofanikiwa kuwa na ngozi inayong'ara.

Maelezo yakienda kwa namna hiyo, hadi yakafikia mahala pa Jongoo kuyateleka maji yale kwa ajili ya kwenda kukoga. Hapo naye akawa ameshapoteza subira kama alivyokuwa Chura. Ndipo pale alipokuwa akieleza: "Basi yale maji ninayeteleka hadi yanapwaga pwa...pwaa....pwaa...", Chura akaingilia kati: "....nishajuwa.... kumbe yakishapwaga, waruka ukangia mumo (humo humo kwenye sufuria la maji yanayochemka)". Kuona kero limekuwa jingi namna hiyo, Jongoo akamuitikia: "Enhe, waruka ukangia mumo!"

Alfajiri ya siku ya pili yake, Chura akajitoa kwenda kisimani na mapema, kufika akachota maji yake na kuja nayo nyumbani.

Akayateleka mpaka yalipopwaga pwa...pwaa...pwaa... akaruka, akaingia mumo.

Hii ndiyo sababu ya Chura kuwa na ngozi yenye machunechune hadi leo na kila mara kukimbilia kwenye mito na madimbwi ya maji maridi ili kuipoza yale majeraha ya maji moto. Haraka haraka za Chura zikamugharimu ngozi yake nyororo na umbile lake la kupendeza, huku pacha mwenziwe Jongoo akiendelea kuwa na ngozi yake inayong'ara kila siku.

Na huo ndio mwisho wa hadithi yangu.

PAPARA

MSAMIATI

gowe	ugomvi
hunami	huko pamoja na mimi
sinawe	siko pamoja nawe
nekwambia	nilikwambia
nicha	niogope
nichame	nikimbiye, hama nilipo
kweche	aina ya ndege mjanja
ukitowe	uondoke
henda	nikienda
mwenyiwe	mwenyewe

Nilikwambia zamani, papara we' sebu nawe
Sebu nawe machezoni, sebu nawe kwenye gowe
Sebu nikiwa njozini, sebu hata macho niwe
Husikii kwani nawe?

Nekwambia uniache, mbalimbali siye tuwe
Henda mbele wende piche, sambamba katu tusiwe
Mbona wajifanya kweche, hunachi roho ituwe
Nakwacha nawe niache !

Nekwambia 'sinifate, nendapo wewe usiwe
Henda Chake ; wende Wete, ningiapo ukitowe
Sikuiti ; usinite, lako lako langu mwenyiwe
Wambwapo nawe j'ambie!

Sebu! Sebu! Nisemeje, papara hata welewe?
Uelewe kwangu 'sije, hunami nami sinawe
Sikutaji 'sinitaje, yangu n'achia mwenyiwe
Kwako siji kwangu 'sije!

Basi koma unikome, unikome ukomaye
Nicha niacha nichame, uhame utokomeye
Nilipo usisimame, wala kitako 'sikaye
Kila mwana na njiaye!

MASWALI NA MJADALA

1. Fafanua uhusiano wa shairi hili na hadithi ya Chura na Jongoo.

2. Jadili dhana ya papara » kama ilivyoelezewa kwenye shairi hili.

3. Kwa ufupi, eleza maana ya vifungu vifuatavyo vya maneno kama vilivyotumika humu:

i. *Henda mbele wende piche, sambamba katu tusiwe*
ii. *Nicha niacha nichame, uhame utokomeye*

Mfalme Ana Pembe

UPANDE WA GIZA

MSAMIATI

mauzauza	mambo ya ajabu
kiza	giza
'kayagongomeza	akayagongomelea

Kila mmoja anao, upande wake wa giza
Ul'o na mambo ambayo, as'otaka yaeleza
'Kayafunika ubao, nyundo 'kayagongomeza
Kutangaza mambo hayo, anakhofu kuchukiza

Upande huu unayo, mengi ya mauzauza
Machafu yale ambayo, jamii yasopendeza
Kila mmoja anao, endapo auburuza
Kaufumba kwenye moyo, kwenye kichumba cha kiza

Lakini upande huo, ungawa u kwenye giza
Unayo siku ambayo, utaona muangaza
Yazuke uliyonayo, na wazi kujitandanza
Ndiyo kuu siku hiyo, porini kukutwa pweza!

MASWALI NA MJADALA

1. Ufafanuwe "upande wa giza" kwenye utungo huu.

2. Nini dhamira ya mshairi kwenye utungo huu?

3. "Ndiyo kuu siku hiyo, porini kukutwa pweza!" Ni tamathali gani ya semi imetumika hapa? Ina maana gani katika uhalisia?

TENDO

MSAMIATI

niaye	nia yake
lisikwelemeye	lisikuelemee, lisikuzidi nguvu
pamwe	pamoja na

Kwa mja, uzito wa tendo, ni alitendaye
Kwa Muumba, uzito wa tendo, u kwenye niaye
Wewe mtendaji, limiliki tendo, lisikwelemeye

Kwa yote, thamani ya tendo, yake matokeo
Na viwavyo, hata dogo tendo, athari linayo
Ndipo husemwa, ndilo ndipo tendo, kwa wakati ndio

Hishima ya tendo, ni mtu kutenda, ayaaminiyo
Na ladha ya tendo, ni mtu kutenda, ayaamuwayo
Kwenda nalo mwendo, hadi akashinda, yote atakayo

Lau mtendaji, matendoyo pima, vipimo vijaye
Tendolo lihoji, pamwe yake dhima, mote litimiye
'Kiona haliji, bora kulihama, hasara isiwe

MASWALI NA MJADALA

1. Ni nini tendo kwa mujibu wa utungo huu?

2. Jadili ujumbe uliomo kwenye ubeti wa mwisho wa utungo huu.

3. Fafanua kwa mifano maana ya:
i. Uzito wa tendo
ii. Thamani ya tendo
iii. Hishima ya tendo
iv. Ladha ya tendo

MJA KUPATWA

MSAMIATI

'sijalotendwa	ambalo halijawahi kutendwa
yeepo	yalikuwepo
kale kaleni	zamani sana
insani	binaadamu
hugwa	huanguka
mpatwa	aliyepatwa
hini	hili, hii

Akipatwa akipatwa, mja huwa limbukeni
Huona aliyekutwa, yu pekee duniani
Huona kuwa asutwa, na watu wote mjini
Lakini kumbe la shani, chini ya jua halipo

Halipo kamwe halipo, 'sijalotendwa zamani
Hakipo kamwe hakipo, kipya hapa ardhini
Yaliyopo yaliyopo, yeepo kale kaleni
Bali mja haamini, hudhani yeanza kwake

Kwake yeye peke yake, ndivyo anavyojidhani
Hapakuwapo mwenzake, mpatwa ni jambo hini
Hupaza sauti yake, kwa kilio cha kulaani
Lakini kiduniani, kuna mengi kama hayo

Mengi zaidi ya hayo, huwapata insani
Makubwa sana ambayo, hayangii kurasani
Hugwa 'kainuka nayo, wakasonga safarini
Basi nawe jiamini, inuka usonge mbele

Inuka usonge mbele, usifie mchangani
Inuka nyama 'sijile, 'kajidhulumu rohoni
Inuka tena 'silale, kupatwa kwako si shani
Neno langu liamini, ulopatwa hu pekeyo

MASWALI NA MJADALA

1. Uhakiki utungo huu kifani na kimaudhui.

2. Nini nafasi ya mawaidha yaliyomo kwenye utungo huu kwenye maisha ya kawaida?

3. Fafanua maana ya mishororo ifuatayo na uihusishe na uhalisia:

    i. *Yaliyopo yaliyopo, yeepo kale kaleni*
    ii. *Hugwa 'kainuka nayo, wakasonga safarini*
    iii. *Inuka usonge mbele, usifie mchangani*

DUNIA NI NDOGO

MSAMIATI

siriyo	siri yako
bilashi	bure
kuyasiri	kuyafanya yawe siri
vichakavye	vichaka vyake
hayaukipo	kamwe hayataondoka
kumbato	kumbatio
kuiparatia	kuing'ang'ania
shamsi	jua
hizino	ndizo hizi
ukayapetuwa	ukaikunjuwa
mapeto	mikunjo

Dunia ni ndogo, haitoshi kuficha siriyo
Tafuta pengine, kama unapo, watu 'siwe nayo
Kwa dunia hii, ni bilashi kuyasiri hayo
'Kisema ni uzushi, 'taoneshwa yote yaliyo
Dunia ya mtandao!

Dunia ni finyu, si pana uidhanivyo
Haina mivungu, kukusitiri ufanyavyo
Yataonekana, yajulikane vyote yalivyo
Vichakavye vipo, japo vingi sana, bali vi ovyo
Havifichi vitukovyo!

Dunia pumbazo, itupumbazapo
Huyazusha mambo, 'kadhani hayaukipo
Kisha huyaondosha, husemi hayakuwapo
Shimo la sahau, na la kudumu halipo
'Siiegemee si mwega!

Dunia urimbo, pale utuwapo, ndipo unasapo
Jivute ujinasuwe, kutaka utoke, ndipo ugandapo
'Kijitatuwa haiwi, hata uchanike, ndipo utatizikapo
Kumbato 'kiikumbata, kuiparatia, ndipo ikuwachapo
Kisha isikushikepo!

Dunia duara, lizungukalo, papo kwa papo
Hakuna liwalo, jipya ulidhanilo, lisijalokuwapo
Huna usemalo, kubwa utakalo, lisijalosemwapo
Chini ya shamsi, na mbigu hizino, kigeni hakipo
Yote kale yekuwapo!

Dunia nyepesi, si nzito, wala 'siidhani
Bahari, milima na mito, bure 'sikuzaini
Ukayapetuwa mapeto, 'kaona huonekani
Mwishowe majuto, yakiletwa uwanjani
'Sijifiche kama mbuni!

MASWALI NA MJADALA

1. Baada ya kusoma beti za utungo huu, je unakubaliana na jina ulilopewa? Kwa nini?

2. Bainisha misemo minne iliyotajwa kwenye utungo huu ama kwa njia ya moja kwa moja au isiyo ya moja kwa moja.

3. *"Chini ya shamsi, na mbingu hizino, kigeni hakipo"*. Kwa kutumia mifano halisi, fafanua kauli hii.

Mfalme Ana Pembe

NGOLE NGOLE MWANANGU!

MSAMIATI

zang'aruza	zinang'ara sana
lakutanza	linakutatiza
kukufanza	kukufanyia
ruwaza	bishara ama ndoto njema
habibi	mpenzi
hubi	mpenzi
hijibereuza	nikijibabaisha
kukugeza	kukufananisha
nakukurubiza	nakuleta karibu

Jua limeshapotea, na mwezi unaangaza
Angani zimezagaa, nyota njema zang'aruza
Nawe ninakuimbia, wimbo wa kukuchombeza
Basi mwanangu nyamaza, nyamaza wacha kulia

Kipenzi wacha kulia, ukilia waniliza
Kwamba mimi hudhania, kuna jambo lakutanza
Nawe huwezi nambia, hajua vya kukufanza
Hubaki 'menitatiza, nami nikawa nalia

Sasa sote tukilia, nani wa kutunyamaza?
Basi nyamaza tulia, wacha kujigugumiza
Babayo nakuimbia, kwa mapenzi na ruwaza
Wimbo huu ninawaza, raha utakuletea

Raha ninakuletea, si kwa sauti kupaza
Si kwa zogo na udhia, habibi nakuchombeza
Basi nyamaza kulia, babayo nisikiliza
Ooo, baba nyamaza, usiku ushaingia

Usiku ukishangia, hupaswi kuhanikiza
Wapaswa kujivutia, shukayo ukajilaza
Haya lala ukijuwa, nipo nakubembeleza
Hadi jua 'tachomoza, hubi sitakukimbia

'Sidhani 'takukimbia, katu hilo sitaweza
Wewe kwangu ndiye uwa, jema linalopendeza
Sichoki kukwangalia, hata hijibereuza
Jicho siwezi geuza, chengine kukikisia

Sioni cha kukisia, niwezacho kukugeza
Kila ninoangalia, naona 'mekipitiza
Mwanangu 'mekamilia, kwa uzuri huna mwenza
Wasichana 'mewaliza, kwa urembowo najuwa!

Basi nakukumbatia, kwangu nakukurubiza
Nawe waniangalia, hali macho 'melegeza
Usingizi wakujia, nauje kukuliwaza
Kipenzi lala salama, ulale ukiamka!

MASWALI NA MJADALA

1. Utungo huu unakukumbusha nini?

2. Andika beti mbili za wimbo wa kuchombezea watoto unazozikumbuka.

3. Kwa kutumia utungo huu, andika utungo wa beti tatu za mtoto kumjibu mlezi wake.

Mfalme Ana Pembe

MEEMEE WA MJINI

MSAMIATI

meemee	mbuzi
kuwafisa	kuwasindikiza
yaleli	sauti laini ya kuimba
machungani	malishoni

Nadra kufungwa kamba, meemee wa mjini
Halingani na wa shamba, mwenye kambaye shingoni
Huyu huwachwa kutamba, popote anotamani
Meemee hadi ndani, wa mji ni mwenye gimba

Wa mji ni mwenye gimba, hatiwi kamba shingoni
Mara yu nje ya nyumba, na mara yuko chumbani
Madishi yote huramba, yapikiwayo jikoni
Kwa msongo na foleni, meemee wanatamba

Meemee wanatamba, na mchunga simuoni
Mbuzi hawa was'o kamba, wanakwendaje zizini?
Au mchunga ni simba, zizi lake li tumboni?
Angiaye mikononi, humpati ungaimba

Mchunga awapo simba, kuwafisa machungani
Huwa mwenyewe akomba, atakayemtamani
Meemee wangaimba, kwa yaleli na kughani
Watajikuta tumboni, madhali hawana kamba

Nyimbo zote wangeimba, 'kajibwaga vilioni
Samahani wakaomba, waachwe wende nyumbani
Hatawasamehe simba, hawaachi asilani
Madhali wa machungani, lakini hawana kamba

MASWALI NA MJADALA

1. Jaribu kulifumbua fumbo lililofumbwa kwenye utungo huu.
2. Mshairi anazielezeaje tafauti za mbuzi wa mjini na wa shamba?
3. Jadili kufaa na kutofaa kwa utungo huu kwa jamii.

SITAKI TENA SKULI

MSAMIATI

fiili	vitimbi
nelisema	nililisema
kunitweza	kunidhalilisha
mchaga	afisa wa mitihani ya taifa
Ze Kili	bia ya Kilimanjaro

Sitaki kwenda skuli, japo nataka jifunza
Sababu kuna fiili, nishindwazo zitimiza
Kuna walimu wakali, wanipiga kama pweza
Fimbo 'shanitosheleza

Kusema sendi skuli, si mwanzo leo kuanza
Kale nelisema hili, toka darasa la kwanza
Mama 'kalilia hali, hapaswa kumsikiza
Hapo mambo yakaanza

Muheshimiwa Waziri, sera akazigeuza
Akaja na neno zuri, michango akatangaza
Hali ajuwa fakiri, kulipia sitaweza
Lengo lake kunitweza!

Waziri akanidhili, manoti akanitoza
Bali vifaa kalili, shuleni vya kujifunza
Mitihani nikafeli, wala sikuwa mcheza
Ni kwa kuwa sikufunzwa!

Hafanya mara ya pili, mtihani kama kwanza
Mchaga tele "Ze Kili", kichwani keshakoleza
Hafikiri mara mbili, marongi kukucharaza
"F" akanibamiza!

Basi miye na skuli, uso nishaugeuza
Najuwa nina akili, na hamu ya kujifunza
Lakini kwa fumo hili, ni bure 'tajipumbaza
Kupikia kuni vunza!

Kwa bakora hizi kali, na malipo kunitoza
Na mazingira dhalili, na elimu ilooza
Kisha Mchaga katili, maziro anijaliza
Sendi yasipogeuzwa!

MASWALI NA MJADALA

1. Jadili sababu anazozitoa mshairi za kumfanya akatae kwenda skuli.
2. Ielezee lugha ya picha kama ilivyotumiwa kwenye utungo huu.
3. Hakiki matumizi ya lugha kwenye utungo huu.

KIMYA CHAKO

MSAMIATI

mosi nzima	mwezi mzima, kipindi kirefu
hayano	haya hapa
akhi	ndugu
wauchuna	unaninyamazia
twaliyopendana	tuliyokuwa tukipendana
twalopatana	tuliokuwa tukipatana
kwekuwa	kulikuwa
tuazimiapo	tunapoazimia, tunapodhamiria
hafika	nikafika

Mjumbe nimemtuma, aje afike uliko
Akupe zangu lawama, sababu ya kimya chako
Hii ni mosi nzima, sijapata neno lako
Hunijulii mwenzako, ikiwa niko salama

Hujui niko salama, na huku mbali niliko
Hunijui ni mzima, au ni kwenye anguko
Wala hutaki kusema, yaliyo upande wako
Hayano masikitiko, akhi mfano hayana!

Mfano wake hakuna, hili langu sononeko
Nakwita kwa lako jina, kuwe kokote niliko
Ila weye wauchuna, hufumbui kinywa chako
Ya wapi mapenzi yako, ndugu twaliyopendana?

Udugu twalopatana, u wapi mbona haupo?
Pamoja 'kifuatana, popote pale twendapo
Njia tuliandamana, jambo tuazimiapo
Leo hunapo ulipo, sinapo pa kukuona

Naturudi kwenye zama, zama zetu za mashiko
Zama tulizoshibana, langu likawa ni lako
Na weye ulipokwama, hafika mbio uliko
Naturudi tutokako, sababu kwekuwa kwema!

MASWALI NA MJADALA

1. Usome utungo huu kwa sauti, kisha elezea unavyomaanisha kwako binafsi.

2. Ni ipi falsafa ya mshairi kuhusu mahusiano kwa kuzingatia yaliyomo kwenye utungo huu na nyengine zilizomo kwenye mlango huu?

3. Jadili uhalisia wa utungo huu katika jamii yako.

Mfalme Ana Pembe

SIKU ZAPITA

MSAMIATI

vyandani	kwenye vidole vya mikono
sijauka	sijaondoka
kani	nguvu, nishati
ghiliba	udanganyifu
tajiriba	uzoefu
ukayakwapua	ukayachukuwa kwa nguvu

Kalamu oo kalamu, mbona hukai vyandani?
Mbona hukai 'kadumu, kuyaandika bukuni
Yote niliyoazimu, sijauka duniani
Wakati oo wakati!

Wakati oo wakati, mbona wenda husimami?
Mbona leo siipati, na kesho i mlangoni?
Mbona wayeta mauti, nami bado nina kani?
Zapita siku zapita!

Maisha ee maisha, huachi yako tabia
Kila ukizidi kwisha, ndipo unaponogea
Mengi ukabainisha, kale ulotufichia
Mwingi mno wa ghiliba!

Mwingi mno wa ghiliba, hodari wa kuhashua
Hutunyima tajiriba, pale tukihitajia
Kisha watupa si haba, saa zinapotwishia
Wewe mwingi wa hadaa!

Wewe mwingi wa hadaa, nasi wachache wa njia
Pale mambo yaking'aa, huja kuyasimamia
Nasi tukielekea, kwapu! ukayakwapua
Maisa ee maisha!

Zapita siku zapita, mbele yangu sizioni
Huwa habari napata, kwa ndugu na majirani
Ila nikizitafuta, zishapaa mawinguni
Pumzi oo pumzi!

MASWALI NA MJADALA

1. Kwa kutumia utungo huu, fafanua sifa tatu kuu za utanzu wa ushairi katika fasihi.

2. Uhakiki utungo huu kwa kuzingatia vipengele viwili vya maudhui: mgogoro na falsafa.

3. Nini dhamira kuu ya utungo huu?

'TASUBIRI

MSAMIATI

kwajani	kunakuja nini
jaala	majaaliwa
niyafise	niyafikishe
hilino	hili hapa, hili ndilo
kuko	huko huko

'Tasubiri 'tasubiri, japo sijui kwajani, huko mbele tuendako
Liwe baya liwe zuri, ni radhi nalo yakini, liwapo latoka kwako
Kwa lolote ni tayari, wala sina walakini, hilino ndilo tamko

'Tasubiri Mola wangu, bila ya fundo moyoni, na wala malalamiko
'Tangoja jaala yangu, niiandame njiani, madhali ndilo andiko
Sitatazama wenzangu, kwamba umewapa nini, hilo ni chaguo lako

Ni radhi ewe Jalali, ukinipa mitihani, najua kupasi kuko
Yoyote 'kinipa hali, humu mwangu nafsini, nalitaja jina lako
Kwamba nimekukubali, wewe u Rabbi Manani, na utukufu ni wako

Basi nipe unipayo, nibebeshe mabegani, niyafise utakako
Dua moja niombayo, nipe nguvu na imani, kubeba jaala yako
Yoyote yale yawayo, kamwe nisiende chini, nikaanguka anguko

MASWALI NA MJADALA

1. Kwa kutumia mifano, taja tamathali tatu za semi kama zilivyotumika kwenye utungo huu.

2. Eleza kwa ufupi namna dhana ya wakati ilivyotumika kwenye utungo huu.

3. Kwa kutumia mifano, elezea namna lugha ya picha ilivyotumika kwenye utungo huu.

Mohammed Khelef Ghassani

KUWA KAKA

MSAMIATI

kunga	miiko
alaka	mafahamiano
akika	dua anayosomewa maiti
vitiba	kanuni
yugwa	kiazi aina ya jimbi
alimwaye	alimwage
fuadini	kifuani

Kwa mtu kuwa ni kaka, kuna kunga na mamboye
Ukaka si kuzalika, kwa baba wala mamaye
Wala tumboni kutoka, mwanzo kuliko wenziye
Si kwa ukubwa pekeye, ndipo kaka huwa kaka!

Una vitiba ukaka, na shuruti vitimiye
Kimoja kikiondoka, hupungua hishimaye
Na punde ukapinduka, na kuvunjika vigaye
Hakiungiki kigaye, kivunjwapo husagika!

Kaka ni bega na mwega, ndugu wautegemeye
Mizigo mzegazega, yeye ndiye abebaye
Na kaka huwa ni sega, ndugu wakimbiliaye
Siye wamkimbiaye, huyo ni kaka wa yugwa!

Ni mwenye kifua kaka, mambo ayahifadhiye
Lolote linalotuka, likamukhusu nduguye
Fuadini hufutika, hathubutu alimwaye
Sababu ni aibuye, nduguye 'kitukanika!

Afaaye kuwa kaka, ni yule awahisiye
Nduguze walozalika, na baba au mamaye
Fakhari ikamshika, awe nao wawe naye
Siye awafukuzaye, nyumbanikwe wakifika!

Mfalme Ana Pembe

Kaka huwa akumbuka, nduguze kwayo rohoye
Moyonimwe huwaweka, daima wasipoteye
Awezapo huwafika, hali zao azijuwe
Na wawapo mbali naye, salamuze huwafika

Salamu huwa zafika, za kutaka ayajuwe
Za wadogoze alaka, shida yao ni shidaye
Mmoja akianguka, huwa kaanguka yeye
Humpa bega aliye, na nasaha za kushika!

Kaka ni taa hakika, njia aimulikaye
Neno anapotamka, huipima athariye
Hakai akaropoka, kawaumiza wenziye
'Kikuta aropokwaye, mjuwe huyo si kaka!

Si kaka huyo si kaka, wala 'simtegemeye
Japo tumbo ulotoka, ndilo alotoka yeye
Mpe haki ya akika, ela 'simtegemeye
Bora vyema ujijuwe, u pekeyo huna kaka!

MASWALI NA MJADALA

1. Chagua ubeti mmoja kati ya beti za utungo huu na uuhakiki kwa kuzingatia kipengele cha maudhui.

2. Jadili kipengele cha uhalisia wa kifasihi kwa kutumia utungo huu.

3. Orodhesha sifa tano ambazo mshairi anasema kila kaka angelipaswa kuwa nazo. Zitolee ushahidi kutoka kwenye utungo.

Mohammed Khelef Ghassani

KIPANDE CHA MOYO

MSAMIATI

wadabishe	ufanye uwe na adabu
'sijikalifishe	nisijilazimishe kufanya nisiyoweza
nidamirike	nipotee
nikafeli	nikashindwa

Ya Rabbi umeniumba, kisha ukanipa moyo
Kwa pendo ukaupamba, bali na chuki unayo
Ni laini kama pamba, kwa mambo uyafyonzayo
Bali siku ujaayo, juuye huota gamba

Ndipo mara huyapenda, yale yakuchukizayo
Na mara chuki hutanda, kwa yale uyapendayo
Nami waweza nishinda, nikafeli kwenye hayo
Pasipo na ulinziwo, Rabbi nawa njia panda

Rabbi 'sinidhalilishe, kwa moyo uyapendayo
Wala 'siniadhirishe, kwa yale nichukiayo
Moyo huu wadabishe, udumu kwenye njiayo
Nisichupe mipakayo, wala 'sijikalifishe!

Rabbi nisikashifike, sababu ya wangu moyo
Wala nisidamirike, hapoteza nilonayo
Na chini nisianguke, nishike kwa mikonoyo
Jambo la kunipa moyo, 'sifanye nidamirike!

MASWALI NA MJADALA

1. Jadili matumizi ya tamathali za semi kwenye utungo huu.

2. Je, jina la utungo huu linashabihiana au kutafautiana na kilichomo ndani yake? Fafanua.

3. "Sifa moja ya ushairi ni kuyaelezea mengi kwa maneno machache." Kwa kutumia utungo huu, jadili kauli hii.

LOLOTE NI HAKI YANGU

MSAMIATI

khatima	mwisho, matokeo
shudu	kiasi
kwavyo	kutokana na hivyo
nezidiya	nilizidisha
upogo	upande
jenendo	mwendo
kugunwa	kususuikwa
mustahiki	mtu anayestahiki
jenendo (ukubwashi)	mwendo mrefu

Khatima ya tendo ovu, ni mja kumrudia
Likatibua makovu, yalokwisha jifukia
Akaonekwa mtovu, akagunwa na dunia
Ndiyo yanonifikia, na yote ni haki yangu

Kugunwa ni haki yangu, na wala sijaonewa
Ni radda ya Bwana Mungu, nami ninaipokea
Lolote likija kwangu, ni shudu yangu najuwa
Kwavyo nalivyopotea, lolote ni haki yangu

Lolote lile liwalo, ambalo lanivamia
Ni mustahiki kwalo, si uonevu kupewa
Sistahiki ambalo, hishima lanijengea
Mwenyewe 'meibomowa, matusi ni haki yangu

Mja dhaifu wa moyo, ila miye nezidiya
Kufata mengi ambayo, yenda upogo wa njia
Leo hii ndiyo hayo, mwenyewe yanirudia
Kwangu sasa ni kulia, nalo ndilo haki yangu

Nalia kwa mke wangu, mangapi kavumilia?
Ninalia kwa wanangu, siwezi waangalia
Nalia kwa mama zangu, radhi wakiniwachia
Kwa hapa palobakia, lolote ni haki yangu

Radda ya yangu matendo, ni nyumba kuikimbia
Kuliandama jenendo, hadi mwisho wa dunia
Nyumba ya wangu upendo, siwezi tena ingia
Na mengi kuliko haya, yote hayo haki yangu

MASWALI NA MJADALA

1. Kwa ufupi elezea vipengele vya muundo na mtindo kama vilivyotumika kwenye utungo huu.

2. Nini ujumbe mkuu wa mshairi kwenye utungo huu?

3. Jadili muundo wa utungo huu na uwiano wake na ujumbe uliomo.

Mfalme Ana Pembe

I MATUMBONI MWA SHARI

MSAMIATI

i	imo
yakijiri	yakitokea
ghururi	hadaa, sahau
ahali	familia
tahayuri	aibu
nari	moto
wagwa	unaanguka
roho tanda	roho iliyoridhika
ikakutwaa	ikakuchukuwa
Ghafari (Al-Ghaffar)	Mwenye Kusamehe
uchapu	bakora

Kheri watu wasemavyo, i matumboni mwa shari
Ndivyo nami nionavyo, mambo kwako yakijiri
Lau 'singekuwa hivyo, kwako 'singekuja kheri
Zilishazidi ghururi, moyo wako kuuvaa

'Liuvaa wako moyo, ibilisi kwa ghururi
Ukawa huna sikiyo, kusikiliza dhamiri
Ukazama kwenye hayo, kwa cha ujana kiburi
Lakini Mola Qahari, hayako yamshindayo

Hakuna la kumshinda, la siri ama dhahiri
Nawe ili kukulinda, kwanza akakuadhiri
Uovu kale 'lopanda, kuvuna 'kawa tayari
Mwenyewe sasa wakiri, hali roho yako tanda

Uongo kuongopea, kwa jamaa na ahali
Maovu kujifichia, usionekwe ukweli
Mungu ameufichua, sasa kwako tahayuri
Na yote Mola Jalali, kataka kukuokoa

Kwa kutaka kuokowa, usifiye kwenye nari
Yote akayafunuwa, kukupa funzo la kheri
Nawe wagwa ukilia, na uso watahayari
Ukakwisha ujabari, simanzi ikakutwaa

Japo 'mejawa simanzi, na khofu yakula hali
Japo hayeshi machozi, kumwagika furifuri
Japo tena hunyamazi, kulia kisirisiri
Umshukuru Ghafari, uchapu kukuchapia

Ni uchapu umechapwa, nawe kwao umekiri
Tupo kubwa ulotupwa, uhai lauathiri
Na sasa wayaogopa, maisha kuyakabili
Lakini yote ni kheri, sharini itokeayo

MASWALI NA MJADALA

1. Nini dhamira kuu ya utungo huu?

2. Je, utungo huu umefuata bahari na au muundo gani wa tungo?

3. Uandike tena utungo huu kwa muundo wa insha isiyozidi maneno 100 bila kupoteza maana yake.

SAFARI REFU

MSAMIATI

nyumbufu	inayonyumbuka, inyonyuuka
ashirafu	njema, tukufu
yakyalifu	yanaleta tabu
kifu	kiasi
takilifu	tabu, shida
tu	tupo, ni
sufufu	safu nyingi, mistari mingi
nyoofu	iliyonyooka

Safari 'mekuwa refu, tutachelewa kufika
Haikuwa ni dhaifu, kama ilivyodhanika
Imejaa usumbufu, hangaiko na mashaka
Walakini tutafika!

Imekuwa ni nyumbufu, uchao inanyuuka
Yahitaji ushupavu, na misuli ya hakika
Wengi wetu tu dhaifu, wepesi wa kugeuka
Hata hivyo tutafika!

Imegeuka wasifu, sivyo ilivyosifika
Mwanzo ili ashirafu, ya kutumai vuuka
Ndipo watu kwa sufufu, kundini 'kaunganika
Kwa kutaraji kufika!

Bali kumbe njia chafu, ngumu mno kupitika
Ina machaka ya khofu, majangili yan'obaka
Dhiki kupita hafifu, salama 'kasalimika
Nasi twataka kufika!

Vivyo njia si nyoofu, imepanda na kushuka
Na majira yakyalifu, si ya jua ni masika
Wengi safari si kifu, japokuwa twaitaka
Tusisite tutafika!

Tuwe watumainifu, kharamu kutamauka
Japo kuna makosefu, sisi hatujakoseka
Tuandame takilifu, polepole si haraka
Naamini tutafika!

MASWALI NA MJADALA

1. "Kwenye fasihi, kila neno ni neno zaidi ya neno". Jadili kauli hii kwa kuzingatia uteuzi wa maneno kwenye utungo huu.

2. Katika utungo huu, mshairi ametumia mtindo wa kuweka nusu mshororo kwa kila mwisho wa ubeti. Mtindo huu una maana gani ya kimaudhui?

3. Nini maana ya mishororo hii:
i. *Wengi wetu tu dhaifu, wepesi wa kugeuka*
ii. *Na majira yakyalifu, si ya jua ni masika*
iii. *Tuandame takilifu, polepole si haraka*

MWENYEWE UKAJITIBU

MSAMIATI

akhi	ndugu yangu
mujarabu	jambo linalofaa
mahabubu	mpenzi
ghalibu	jambo lisilo la kawaida
'meghibu	imepotea
kelbu	mbwa
kisibu	kisa

Akhi bora kujitibu, maradhi unouguwa
Mwenyewe u mujarabu, lau ungapenda kuwa
Nakujuwa u tabibu, usingoje kutibiwa
Epuka waganga hawa!

Akhi yangu mahabubu, 'singoje waganga hawa
Tiba kwao ni ghalibu, kama hujalia ngowa
Waonaje 'kajaribu, kujitibu 'kaamuwa?
Nami najuwa wajuwa!

Tiba ya kweli 'meghibu, waganga wasokujuwa
Kutibiwa sasa tabu, wakorofi wenye dawa
Wanazibeza adhabu, wagonjwa tulizopewa
Hawajali kuuguwa!

Waganga wetu swahibu, wamekuwa ndio hawa
Watuonao kelbu, na utu wasiopewa
Wapandishao ghadhabu, mara moja wakauwa
Ndipo hakwamba amuwa!

Kugonjwa 'siwe kisibu, dharau ukatendewa
Waganga wakajilabu, mgonjwa ukapwerewa
Wewe mwenyewe tabibu, lau ungataka kuwa
Basi haraka amuwa!

MASWALI NA MJADALA

1. "Ushairi hautafsiriki hata kwa yule mwenyewe aliyeuandika." Je, unakubaliana au unapingana na kauli hii? Jibu kwa kutumia mifano kutoka utungo huu.

2. Sitiari ni uhamishaji wa maana na moja ya vipengele muhimu sana katika ushairi. Elezea matumizi ya sitiari kwenye utungo huu.

3. Taja shutuma ambazo mshairi anawashutuma madaktari wa kisasa. Je, zinaakisi uhalisia?

Mfalme Ana Pembe

KUNA HISABU YOTE

MSAMIATI

zeme	baridi
chembeni	moyoni
ushamte	ubwana
pawa	nguvu
twaumbuwa	tunaadhiri, tunaumiza

Wacha majira yapite, yabadili majaliwa
Leo jua litupate, na majasho kututowa
Keshoye tujikunyate, zeme sasa limekuwa
Yoyote yanayokuwa, kuna hisabu ya yote

Waja natutende yote, yoyote yanayokuwa
Tutakayo tuyapate, japo kwayo twaumbuwa
Tuchume na tutafute, kwa njia tunazojuwa
Lakini yahifadhiwa, kwenye hisabu ya yote

Haliachiwi lipite, lolote lahifadhiwa
Tokea kubwa la yote, hadi dogo linokuwa
Chembeni tulifumbate, au dhahiri likawa
Tujuwe ni sawasawa, kwenye hisabu ya yote

Dhuluma tuifuate, tuseme ni sawasawa
Kiburi na ushamte, wenzetu kuwabaguwa
Haki za watu tuvute, tuzinyang'anye kwa pawa
Natukaye tukijuwa, kuna hisabu ya yote

Mkutanoni kwa wote, natukaye tukijuwa
Tutakwenda kwa vyovyote, siku ya kuamuriwa
Hapo yatolewe yote, waja tuloyachaguwa
Na kwayo tutalipiwa, kwenye hisabu ya yote

MASWALI NA MJADALA

1. Usome tena utungo huu, kisha fafanua mafunzo matatu yanayotolewa na mshairi.
2. Hakiki kipengele cha lugha kama ilivyotumika kwenye utungo huu.
3. Kifungu cha maneno "hisabu ya yote" kimejitokeza kwenye kila ubeti wa tungo hii kama kilivyojitokeza pia kwenye jina la utungo wenyewe. Nini umuhimu wake?

KUTETANA

MSAMIATI

kutetana	kulumbana, kupingana kwa maneno
mwana wa vingwele	mtoto wa wakorofi
mabale	mapande makubwa
tuole	tuone
mapigi	fimbo
mangware	ngwale
baa	balaa
ndwele	maradhi
haamba	nikasema
ja	kama
nekosani	nilikosa nini
muwele	mgonjwa
nambwe	niambiwe
kedi	kebehi
shere	dhihaka

Siteti kuwa natetwa, kutetana maumbile
Nateta kuwa nasutwa, matusi haya na yale
Sijapata la kuitwa, ila mwana wa vingwele
Kote huku ni kuteta?

Waliteta wa kuteta, wenye hoja tele tele
Na dalili wakaleta, zenye mashiko mabale
Lakini si kwa kusuta, si ugomvi na kelele
Kama mutetavyo vile!

Utesi si wa kujuta, uwapo si tusi lile
Utesi ni kutafuta, lililo jema tuole
Bali uzuwapo vita, na mapigi na mangware
Hiyo yawa kwatakwata!

Kuwapo ni kusokota, na kuvutana manywele
Huko hakuwi kuteta, kwawa ni baa na ndwele
Ndiko kulikonikuta, ndipo haamba ja vile
Nawakhofu musinile!

Utesi wa kunisuta, kunionesha vidole
Ndio ninaouteta, unifanyao muwele
Nekosani yasopita, kuchwa nambwe yale yale?
Kama yaliyojikita!

Hapa tuwo naligota, sitaki kwenenda mbele
Musiojuwa kuteta, sitaki kusutwa vile
Hamuna munalopata, kwa kedi zenu na shere
Muungwana nasikile!

MASWALI NA MJADALA

1. Kitenzi '-teta' kimeambishwa kwa namna nyingi kwenye utungo huu. Orodhesha uambishaji huo, kisha fafanua maana ya kila neno lililotokana nao.

2. Nini wazo kuu la utungo huu?

3. Hakiki utungo huu kwa kutumia vipengele vyovyote vitatu vya maudhui.

Mfalme Ana Pembe

MAPENZI YANGU 'MEZIDI

MSAMIATI

mkanda	picha ya vidio
hasema ninene	nikasema niseme
mangi	mengi
limeswibu	limetokea kuwa kweli
maharubu	mapigano
mato	macho
ismuka	jina lako
humuhimidi	humtukuza

Tangu hapo nakupenda, na leo hazidi mno
Kwishauona mkanda, 'livyoipanga mifano
Subira imenishinda, hasema ninene neno
Amekupa mangi mno, Bwana wangu Subhana

Mola wangu Subhana, Habibi kakurimu
Kakunyima na khiyana, waisambaza ilimu
Akupe mengine tena, vipawa vyako vidumu
Isimuka Burahimu, mwana jina limeswibu

Jina hili 'mekuswibu, si kwa umbo kwa tabia
Ukisema taratibu, na huku umetulia
Hu mtu wa maharubu, mwingi wa diplomasia
Hojazo zinapongia, hukimbia za warongo

Hoja zao za urongo, hazisimami kuteta
Hazipenyi kwenye bongo, zako unapozileta
Mato huyafuta tongo, nuru ikameremeta
Natamani ningapata, robo yayo ulonayo

Niombea ulonayo, japo nipate roboye
Niombea kwa Molao, nami animiminiye
Utulivu wa moyowo, nendapo wende na miye
Kisha mate nitemeye, kama kwako ninotema

Po! Mate nayatema, 'siwe nimekuhusudi
Bali kwa yako kalima, mapenzi yangu yazidi
Kila ninapoyasoma, yano uliyoradidi
Ilahi humuhimidi, sifaze hazitukuza

MASWALI NA MJADALA

1. Je, utungo huu unaingia kwenye bahari gani ya ushairi?

2. Kwa kutumia mifano, jadili uteuzi wa maneno kwenye utungo huu.

3. Usome tena utungo huu, kisha zingatia mshororo wa mwisho na wa mwanzo wa kila ubeti unaofuatia. Jadili ugunduzi wako na nafasi ya mtindo uliotumika kwenye mistari hiyo katika kujenga maudhui.

Mfalme Ana Pembe

KIDAGAA CHA AJABU

MSAMIATI

maajuza	vibibi vikongwe
pulikani	njooni karibu
pakakawa	pakakaliwa
marango	tabia ya kuchaguwa chakula
pali rijali thineni	palikuwa na wanaume wawili
ndume	wanaume
kwani	kwa nini
ngaani	japo kidogo
mrekani	kitambaa kigumu cheupe
'kang'aruza	akangarisha macho

Mababu na maajuza, wa makamu na vijana, na watoto pulikani
Hadithi ya kupendeza, ninayo nataka nena, naweta musikizeni
Paukwa mara ya kwanza, kisha pakakawa tena, na ndivyo kiduniani
Zama zilopitiliza, za marango ya maana, pali rijali thineni
Na wavuvi walikuwa!

Siku moja ya Muweza, ndume zikaongozana, kusudi waende pwani
Bahari 'lisheheneza, samaki kina namna, hata maji ya nyayoni
Mmoja akauliza: "Samaki 'shawala sana, leo si dagaa kwani?"
Mwenziwe kafuatiza, shauri jema kaona: "Tuingie mzigoni!"
Wakasaka madagaa!

Pwani wakaimaliza, wakashindwa kuliona, dagaa hata ngaani
Wakazidi jisogeza, baharini mbali sana, wakafika mkondoni
Hapo kikajitokeza, mbele ya macho bayana, kidagaa chenye shani
Rangi zake za kukoza, zilizopangwa kwa vina, na mikondo na mizani
Wavuvi wakashangaa!

Faniye 'kawapumbaza, wakawa waulizana: "Hiki kidagaa gani?"
'Singeweza tosheleza, lakini walichoona, wakitie mkononi
Basi 'kakitandiliza, kwa tandio lilo pana, si nyavu; la mrekani
Tando walipovuuza, lilitoka pasi dhana, wavuvi waliyodhani
Hechenasa kidagaa!

Ndoana wakazijaza, na vyambo vikatungana, wakavitupa majini
Kidagaa 'karandiza, hali vyambo aviona, 'sirambe chembe ndimini
Akili zikawacheza, wakatambua ndoana, dagaa si yake tani
Rai wakazimaliza, za hadi kufukuzana, kisingie mikononi
Kikaringa kidagaa!

Usiku 'katanda giza, nayo njaa 'mewabana, wavuvi wa taabani
Kidagaa 'kang'aruza, kwayo nuru ya maana, kama mwezi wa angani
Wakaona muujiza, wavuvi wakashikana, wakarudi majumbani
Bali walipoeleza, mambo waliyoyaona, watu wasiwaamini
'Kasema si kidagaa!

MASWALI NA MJADALA

1. Mbinu ya kusimulia hadithi kwa kutumia ushairi huitwaje?

2. Ni mafunzo gani yamo kwenye utungo huu?

3. Kwa kutumia mifano, elezea matumizi ya taswira kwenye utun

MLANGO WA FALSAFA ZA MAPENZI

PAUKWA.

Hapo zamani za kale paliishi Mwana Mfalme aliyesifika sana kwa ushujaa na ukarimu hata ikawa kila raia anaomba mfalme wao afe haraka, ili kijana huyo atawale rasmi na kuwa mfalme wao. Si kwa kuwa baba yake alikuwa katili lakini kwa kuwa mwanawe alikuwa mzuri zaidi.

Siku zikapita. Mwana Mfalme akazidi kukuwa na kuimarika, lakini jambo moja likawa limepungua kwenye maisha ya kijana huyu. Nalo ni kuwa hadi hapo hakuwahi kuwa na mke wala mpenzi wa kike. Ufalme ulikuwa hauruhusu kushikilia kiti hicho bila ya kwanza kuwa na mke. Kwa hivyo, Mfalme akamuita mwanawe na kumuambia: "Mwanangu, mimi nimeshazeeka sana. Huenda karibuni nikaondoka duniani. Inabidi sasa utafute mwanamke unayempenda umuowe, ili uweze kuwa mfalme."

Mwana Mfalme akamuambia baba yake: "Baba, mimi sijawahi kumpenda mwanamke yeyote yule maishani mwangu, kwa kuwa nilitaka mwanamke wa kumuoa awe ni yule ambaye atanipenda mimi kama mimi na sio kama Mwana Mfalme. Na sasa unataka niowe ili niwe Mfalme, ndio kabisa. Mwanamke huyo atakuwa anataka kuolewa na mfalme na sio kuolewa na mimi. Hatanifaa."

"Sasa utafanya nini mwanangu? Kwa mila zetu, hutaweza kuwa mfalme baada ya mimi kufariki dunia, ikiwa wewe huna mke. Hata kama watu wanakupenda na kukusifu kwa tabia nzuri ulizonazo, lakini madhali huna mke huwezi kuwa mfalme wao." Baba yake akajibu na kuuliza kwa masikitiko.

Mama yake alikuwepo kwenye mazungumzo hayo na akanyanyuka kumuambia mwanawe: "Mwanangu, mimi nitakupa rai ya kupata mwanamke ambaye atakupenda wewe kama wewe na mutaoana kama watu wa kawaida, na sio kama Mwana Mfalme. Je, utakuwa tayari sasa?"

Mwana Mfalme akafurahia ushauri wa mama yake, na akasema alikuwa tayari kuufuata ili ampate mwanamke wa moyo wake na sio mwanamke wa cheo chake. Watatu hao wakakubaliana kuwa mpango wao uwe ni siri sana.

Siku hiyo waziri wa habari akatangaza kwa umma kuwa Mwana Mfalme alikuwa ameamua kufanya ziara ya nchi za mbali ambayo itamchukuwa muda wa miezi saba. Watu wote wakaombwa waje bandarini kumuaga na kumuombea kheri ya safari hiyo. Watu wakakusanyika kwa maelfu bandarini hapo kumpungia mkono wa kwaheri ya kuonana kijana wao. Akaabiri chombo na chombo kikang'oa nanga.

Lakini kumbe Mwana Mfalme hakuwa anasafiri kwenda nchi za mbali. Walipofika katikati ya mkondo, alishusha kidau kidogo akiwa amevaa matambara na misurumbwete kama mvuvi masikini na kuanza kukata makasia kutokomea peke yake. Akaenda hadi akaangukia upande wa pili wa pwani ya nchi yake, kwenye kijiji cha mbali cha wavuvi. Huko hakukuwa na mtu aliyejuwana naye. Hapo ndipo alipokuwa amepanga na wazazi wake kuwa atumie miezi yake saba kuishi maisha ya kawaida, ya mvuvi masikini wa kijijini, ili ndani ya muda huo apate mwanamke atakayempenda kama yeye, na sio kama Mwana Mfalme.

Basi pale kijijini akapokewa na chifu kama mvuvi aliyepotea kutoka nchi ya mbali. Akapewa mahala pa kujenga kibanda chake na msaada wa chakula cha kuanzia maisha. Akaishi akifanya kazi zake za uvuvi kila siku akienda pwani na kurudi. Akaishi kama mtu masikini, asiyekuwa na elimu wala uwezo wa kifedha. Akafanikiwa kujificha chini ya guo la ufukara.

Lakini kitu kimoja kilimshinda kabisa. Nacho ni kuzificha tabia zake za ucheshi, ukarimu na urafiki na watu. Na kwa tabia zake hizo, akajizolea umaarufu na kupendwa na watu wote kijijini hapo, wake kwa waume, wakubwa kwa wadogo, wazee kwa vijana. Na miongoni mwa waliompenda akawa ni msichana wa kimasikini aliyekulia kando ya pwani. Kila walipoonana, wawili hao wakawa wanatumia muda mwingi kuzungumza haya na yale. Kidogo kidogo, mahusiano baina yao yakawa yanaimarika.

Yule msichana alikuwa mrembo wa sura na aliyeumbika vyema mwilini. Wawili hawa wakawa wanapeana hadithi zote za maisha yao - wazazi wao, matumaini yao na khofu zao. Hata hivyo, Mwana Mfalme alikuwa anatoa hadithi za mtu mwengine, na sio zake mwenyewe. Lakini alikuwa amefundishwa na mama yake kuzisimulia na kuzimiliki hadi zikawa kweli zake. Kwa upande wa yule msichana, Mwana Mfalme akagundua ni mwanamke shujaa na jasiri sana. Akajikuta akianza kumpenda na kumtamani huyo awe mke wake.

Siku zikapita na kupituka. Urafiki wao ukawa unaongezeka, hadi wakawa wapenzi wa kweli. Kila mmoja akimpenda mwenzake kikomo cha kumpenda. Hatimaye Mwana Mfalme akaenda kwa wazazi wa yule msichana na kuomba ndoa. Wazazi wakamkubalia. Wawili hao wakaowana kwa sherehe ya kimasikini kijijini kwao kwa mujibu wa uwezo wao waliokuwa nao, lakini ambayo ilihudhuriwa na kushangiriwa na kila mtu kijijini hapo.

Wakaishi kwa zaidi ya wiki saba, ndipo Mwana Mfalme akamuambia mkewe kuwa sasa muda wa yeye kufunga safari na kurudi kwao umewadia. Na akamuomba amfuate wakaanze maisha mapya katika ardhi ya kwao. Mke wake akakubali, na wakawaaga wazazi wao na wanakijiji, hao wakashika njia ya pwani kuabiri chombo cha kurudi kwao Mwana Mfalme.

Wakiwa njiani, Mwana Mfalme akafanya mbinu ya kutuma ujumbe nyumbani kwao kuwajulisha kuwa anarudi akiwa na mke wake aliyempenda na wakapendana. Baba yake alikuwa mgonjwa wa kitandani, lakini akaamuru iandaliwe sherehe kubwa ya kumpokea kijana wake na mkewe pindi watakapofika. Kwa siku saba nzima, watu wakawa wanakula na kunywa na kucheza tu, wakimsubiri kijana wao, Mwana Mfalme, awasili na mkewe.

Hatimaye siku ya siku ikawadia. Jioni moja, chombo kilichowachukuwa kikatia nanga bandarini na wakashuka. Maelfu ya watu waliohudhuria bandarini hapo kuupokea ugeni wao, hawakuamini macho yao. Waliyekuwa wakimuona mbele yao akishuka chomboni, hakuwa Mwana Mfalme waliyemjuwa.

Bali alikuwa mvuvi masikini, aliyevaa misurumbwete na matambara akifuatana na mwanamke wa kimasikini wakiwa wamebeba bahasha lao la nguo. Hata walipomjuwa kuwa ni yeye, umma ukaripuka kwa furaha, nderemo na vifijo.

Ni hapo pia mke wa Mwana Mfalme naye alipotanabahi kuwa kumbe mumewe hakuwa mvuvi masikini aliyepotea njia na kuangukia kijijini kwao, bali alikuwa Mwana Mfalme aliyekuja huko kwa malengo ya kusaka mke atakayempenda wakapendana.

Hapo hapo akamuacha mkono aliokuwa amemshika, akamuambia: "Mume wangu, tumeishi muda wa miezi yote ya maisha yetu hii, nami nikakueleza kila chembe ya ukweli wangu. Nawe ukanieleza kila uongo wa maisha yako. Kumbe wewe hukuwa mtoto wa kimasikini wa mvuvi wa kijijini kama nilivyo mimi. Wewe ni Mwana Mfalme uliyekulia raha zote za dunia. Kwa nini hukuniambia ukweli?"

Mwana Mfalme akashituka kwa swali lile. "Ni kweli, mke wangu. Lakini nilikuwa nimejipa ahadi kuwa nitatoka nimsake mwanamke nitakayempenda naye akanipenda kama mimi na sio kama Mwana Mfalme. Atakayenipenda kwa umbile na akili yangu, kwa uwezo na maarifa yangu, na sio kwa ufalme wa baba yangu. Ndiyo nikaja kwenu ni nikalikuta pendo langu ndani yako."

"Lakini wewe siye. Mimi sikukupenda wewe, Mwana Mfalme. Nilimpenda mvuvi mwenzangu wa kijijini. Wewe si yeye. Wewe ni mwengine. Mimi sikujuwi wewe. Namjuwa yeye. Na kufika hapa, ndio mwisho wangu nawe. Narudi kijijini kwetu. Siku yeye akirejea ndani yako, mwambie namngojea."

Na huo ndio mwisho wa hadithi yangu.

NJIA TATU ZA MAPENZI

MSAMIATI	
njozi	ndoto (hapa: matumaini)
mututu	aina ya dawa chungu sana
humcha	humuogopa
hayano	haya ndiyo
mashazi	mengi yaliyo pamoja

Kwendea mapenzi, pana njia tatu
Ya kwanza ni njozi, kutumai kitu
Ya pili simanzi, kumukhofu mtu
Ya tatu kuridhi, kwa khiyari zetu

Mapenzi ya njozi, msingiwe kitu
Hutaka kuhodhi, mikononi mwetu
Mambo kwa mashazi, hata yas'o yetu
Tukosapo radhi, lishe pendo letu

Mapenzi simanzi, humfunga mtu
Kutwa hujiudhi, akikhofu kitu
Humcha mpenzi, kwake hathubutu
Mwenye hili penzi, akanywe mututu

Mapenzi ya radhi, kwa wengi si yetu
Hayano mapenzi, ya kupenda mtu
Moyoni kukidhi, haja za kiutu
Kubwa yake hadhi, katika matatu

MASWALI NA MJADALA

1. Linganisha utungo huu na hadithi ya Mwana Mfalme na Bint Mvuvi.

2. Je, Mwana Mfalme na Bint Mvuvi walitumia njia gani kuyaendea mapenzi yao kwa mujibu wa utungo huu?

3. Jadili muundo wa utungo huu.

'SINITENDESHE

MSAMIATI	
'kaninyuukia	ukaninyuukia, ukanijia juu
'kanikovyokea	ukanitapikia
yeshe	yamalizike

'Sinipendeshe, ukanichukia
'Sinitakishe, ukanikataa
'Sinipindishe, 'kaninyuukia
'Siniwekeshe, 'kanitangulia
Hebu niwachia!

'Sinikumbushe, 'kayapuuzia
'Sinilizishe, ukanichekea
'Sinishibishe, 'kanikovyokea
'Sinioneshe, ukanifichia
Hebu ridhia!

'Sinisitishe, ukaendelea
'Sinisemeshe, 'kaninyamazia
'Sinianzishe, ukamalizia
Yawache yeshe, nishayaridhia
'Siyazidishe, yakaendelea!

MASWALI NA MJADALA

1. Usome tena utungo huu, kisha eleza ulichokifahamu.

2. "Udondowaji wa silabi unaruhusika kwenye ushairi ikiwa tu haulazimishi uundaji wa neno jipya lisilokuwepo." Jadili kauli hii kwa kutumia utungo huu.

3. Bainisha mgogoro unaoibuliwa na utungo huu.

KATI YA PENDO NA CHUKI

MSAMIATI

ulomuashiki	uliyempenda, uliyemtamani
ulomuafiki	ulomkubali
wamuona pumba	unamuona hana maana
akapaki	akaegesha
magimba	vifua
dhiki wa dhiki	dhiki baada ya dhiki

Kati ya pendo na chuki, pana mpaka mwembamba
Hata pima haufiki, ukiupima kwa kamba
Jana ulomuashiki, nyimboni ukamuimba
Leo wamuona pumba, hata bure humtaki

Jana ulomuafiki, kwa sifa ukampamba
Kifuani akapaki, mfano kitindamimba
Leo ni dhiki wa dhiki, ayeyuke ungeomba
Mara chapasuka chumba, pamoja hamuekeki

Pamoja hamuekeki, ni kama chui na simba
Hushikiki hashikiki, umevimba amevimba
Ghadhabu hazisemeki, mwaoneshana magimba
Kila mmoja atamba, yeye ndiye mwenye haki

Ndivyo ifanyavyo chuki, 'kishika moyo wa huba
Huupandisha hamaki, ikauchoma mijiba
Mijiba 'katamalaki, damu 'kavuja mahaba
'Kapotea matilaba, ikawa dhiki wa dhiki

Ni dhiki juu ya dhiki, chuki kuja pa mahaba
Wala haviamuliki, vitavye huwa vikubwa
Majeraha yakabaki, na imani 'kawa haba
Pana mpaka mwembamba, kama batili na haki

MASWALI NA MJADALA

1. Vina ni silabi za kati na au za mwisho kwenye kila mshororo wa ubeti. Vichambuwe vina kwenye utungo huu.

2. Shairi ni utungo wenye muundo na lugha ya kisanii na unaofuata utaratibu wa vina na mizani na mdundo wenye mapigo ya hisia. Kwa kutumia utungo huu, eleza namna fasili hii ya shairi inavyoakisika.

3. Hakiki maudhui ya utungo huu.

Mohammed Khelef Ghassani

USIJENIPA MOYOWO

MSAMIATI

hajauumiza	nikaja kuumiza
kujitenza	kujilazimisha
yayo	hayo hayo
sebu	sitaki
hatujaiwaza	hatujaifikia
nalo hiyafanza	niliyokuwa nikiyafanya
hajichanjaza	nikajitanuwa

Bora 'sinipe moyowo, bure hajauumiza
Bora toka wende nao, mbali nisipopawaza
Usijebwaga kilio, ukawa waniapiza
Kuutunza sitaweza, 'sinipe dhamana hiyo

Siwezi dhamana hiyo, nilikiri tangu kwanza
Kwa kujua hu pekeyo, kwangu hilo kulianza
Walianza wa nyumayo, kilio nikawaliza
Na leo 'kiwauliza, bado tamaa wanayo

Bado tamaa wanayo, kuna siku ya Muweza
'Tarudi niwe na wao, nyoyo zao kuzipoza
Lakini na wangu moyo, hauwezi kujitenza
Somo nimeshajifunza, kwako yatakuwa yayo

Sebu kwako yawe hayo, hisani tukapoteza
Yakazuka mengineyo, ya moyo kuumiza
Najitoa tangu leo, kesho hatujaiwaza
Na kama nimeteleza, unisamehe nduguyo

Unipe msamahawo, lau nalo hiyafanza
Ulinidhani kwa hayo, njia naitengeneza
Kungia kwenye moyowo, na humo hajichanjaza
Miye hata sikuwaza, kuwa yatakuwa hayo

MASWALI NA MJADALA

1. "Muwala na utoshelezi huonesha ufundi wa lugha na upevu wa kifikra alionao mshairi." Kwa kutumia utungo huu, jadili kauli hiyo.

2. Je, jina la utungo huu linaakisi maudhui ya utungo wenyewe? Kwa nini?

3. "Viswahili viko vingi na wala si lugha moja tu." Tumia utungo huu, kujadili kauli hii, ukionesha jinsi maneno, miundo na matumizi ya lugha yanavyotafautiana miongoni mwa watumiaji mbalimbali wa lugha ya Kiswahili.

LISIKIZE NENO LANGU

MSAMIATI

nitwaye	nichukuwe
mtangu	mfadhili
piche	nyuma
ndiwe	ni wewe, ndiye wewe

Kwayo maneno machache, nikwambie shida yangu
Nitwaye usiniwache, nifanye wako mtangu
Na moyonimo nifiche, mufanye ni jela yangu

Na moyonimo nifiche, mufanye ni jela yangu
Nisongowe nifikiche, nishike adabu yangu
Lakini usiniwache, nitakufa peke yangu

Lakini usiniwache, nitakufa peke yangu
'Taoza niote miche, 'sionwe na walimwengu
Nishika 'sirudi piche, nishika ndiwe mwenzangu

MASWALI NA MJADALA

1. Ukwapi ni kipande cha kwanza cha mshororo wa kila ubeti na kipande cha pili cha mshororo huo. Elezea namna ukwapi na utando zinavyooana na au kuachana kimawazo kwenye utungo huu.

2. Nini maana ya mshororo huu: "'Taoza niote miche, 'sionwe na walimwengu"?

3. Katika bahari za ushairi, utungo huu unaangukia kwenye kigawe kipi?

MOYO DHAIFU

MSAMIATI

arudhi	roho nzuri
utukivu	chuki
ufawidhi	utakatifu
tajiriba	uzoefu
nyamafu	nyama ya mnyama aliyekufa

Moyo wangu ni dhaifu, lakini una mapenzi
Pangawa na takilifu, ya jasho kwa kubwa kazi
Kubakia kwenye safu, ndio wangu uamuzi
Kuyaandama mapenzi, japo si mkamilifu!

Japo si mkamilifu, lakini nina arudhi
Kuyatia kwenye pafu, yanienzi niyaenzi
Hifanya la utukivu, 'tarudi niombe radhi
Siahidi ufawidhi, sababu si mtukufu

Mja hana utukufu, anao peke Mwenyezi
La mja ni udhaifu, tajiriba na utenzi
Ndipo kwalo sina khofu, ya kujiona bazazi
Na alo kweli mpenzi, hataniona nyamafu

MASWALI NA MJADALA

1. Mbinu ya shairi la tarbia kubadilisha mshororo wa mwisho wa kila ubeti huitwaje? Nini umuhimu wake kwenye utungaji?

2. Mshairi anatuma ujumbe gani kwenye utungo huu?

3. "La mja ni udhaifu, tajiriba na utenzi". Oanisha kauli hii na uhalisia.

Mohammed Khelef Ghassani

KUMBE HUBA ZINGALIPO

MSAMIATI

nikaparaga	nikabeba
henenda	nikaenda
hayakwinda	nikayakaba roho
kufutu	kutoa fatwa
wajihi	uso
mwanawanda	mrembo

Kale nilishayaaga, mapenzi kwa kunishinda
Mchangani hayabwaga, kwa kuchoka zake inda
Bahasha nikaparaga, hashika njia henenda
Kwa kujuwa la kuvunda, ubani halitaunga

Huwa halina ubani, jambo likitaka vunda
Namiye yalinikhini, mapenzi kwa kuniponda
Ndipo haona kwa nini, nikauke kama ng'onda?
Dunia hii mawanda, na miye si mtu duni

Si ndudu miye ni mtu, ndipo nami hayakwinda
Mahaba yasithubutu, kuja tena kuniwinda
Nikaapia Baratu, maishani sitapenda
Siku nyingi zimekwenda, kiapo changu kufutu

'Medumu changu kiapo, siku rudi siku nenda
Tangu bashasha iwapo, wajihi imeutanda
Hadi leo yaliyopo, ni makunjo na mapanda
Mara moyo umedunda, kama usiopendapo

Ndio kama umeanza, moyo kujuwa kupenda
Ushasahau la kwanza, pendo 'lipouvurunda
Umekuwa wamuwaza, yule yule mwanawanda
Na hata nikimponda, haujali nisikiza

Haouni haujali, moyo umebeba nyonda
Hautaki kukubali, kwamba huyu ndiye nunda
Nunda aliyeudhili, akautia madonda
Kumbe moyo ukipenda, hubadilisha kauli

MASWALI NA MJADALA

1. Kupindulia ni aina ya shairi ambalo kina cha mwisho cha mishororo mitatu ya kwanza huja kati na cha kati huja mwisho katika mshororo wa mwisho. Nini nafasi ya muundo huu kwenye kuupa mapigo ya hisia utungo huu? Fafanua kwa mifano.

2. Usome tena utungo huu, kisha dondoa tamathali nne za semi kati ya zilizotumika na zielezee maana yake.

3. Kwenye ushairi, kila utungo mmoja ni hadithi fupi kisa kizima au hata kama riwaya inayosimulia visa kadhaa, ingawa kwa maneno machache. Iandike hadithi iliyomo kwenye utungo huu kwa njia ya nathari isiyozidi maneno 150.

Mohammed Khelef Ghassani

KOSALO NI KUPENDA

MSAMIATI

kanamba	ukaniambia
haisarifiki	haitengenezeki
nishakuashiki	nimeshakupenda
sechoka	sikuchoka
kukwafiki	kukubali
hitajwa	nikitajwa

Zamani nilikwambia, 'sinipende sipendeki
Kwamba shika yako njia, nami nyuma sigeuki
Uwache kunifatia, sababu sifuatiki
'Kanamba kusharidhia, na kwalo hushughuliki

Tena kisha hakwambia, 'sinishike sishikiki
Sifai kuwa mbia, pendoni hamunieki
Tabia yangu ni mbaya, wala haisarifiki
'Kanamba wewe shujaa, hushindwi kunidiriki

Hata nilipokwambia, 'sinitake sitakiki
Kwamba wewe maridhia, nami mtu wa mikiki
Kwamba mi' mpitanjia, si weye kindakindaki
'Kanamba: "Hebu tulia, miye nishakuashiki!"

Sechoka kukuambia, kukuonesha la haki
Ili usijeumia, ukawa mja wa dhiki
Nawe hukunisikia, kumbe nawe hwambiliki
Mwisho pendoni 'kangia, pasi miye kukwafiki

'Kanamba kusharidhia, na kwalo hushughuliki
'Kanamba wewe shujaa, hushindwi kunidiriki
'Kanamba: "Hebu tulia, miye nishakuashiki!"
Mwisho nami haingia, hojayo haijafiki!

Mfalme Ana Pembe

Leo hii nishakaa, sijiwezi sijishiki
Mapenzini nishajaa, pomoni situkutiki
Ndipo wanigeukia, wanibwaga hunitaki
Wanamba yashakwishia, huna tena yalobaki

Leo nishapolemaa, si nyama si mshikaki
Wanitema chini pwaa, mdomoni hunieki
Hitajwa waziba pua, hunitaji hukumbuki
Kumbe ni weye wa kuwa, ukipendwa hupendeki!

MASWALI NA MJADALA

1. "Kila shairi ni utungo lakini si kila utungo ni shairi." Fafanua kauli hii kwa kutumia mifano kutoka utungo huu na mengine miwili kutoka Mlango huu wa Falsafa za Mapenzi.

2. Katika maisha ya mwanaadamu, mapenzi huchukuwa sehemu kubwa ya uhai wake na ndio maana fasihi imetawaliwa na kazi zinazosimulia mapenzi. Je, unakubaliana na kauli hii? Kwa nini?

2. Mshairi anakusudia nini kwenye ubeti huu:

'Kanamba kusharidhia, na kwalo hushughuliki
'Kanamba wewe shujaa, hushindwi kunidiriki
'Kanamba: "Hebu tulia, miye nishakuashiki!"
Mwisho nami haingia, hojayo haijafiki!

Mohammed Khelef Ghassani

NDIYE MAJAALIWA YANGU

MSAMIATI

tangu na tangu	siku nyingi sana
pungu	kipungu (mnyama)
namba	nasema

Nakiri mwangu moyoni, ni wangu huyu ni wangu
Ni wangu toka zamani, si leo tangu na tangu
Hajanikuta njiani, walivyokutwa wenzangu
Ndiye majaliwa yangu

Ni wangu kheri na shari, ndiye majaliwa yangu
Kwa mabaya na mazuri, nina ahadi kwa Mungu
Nayo sijaighairi, na wala si lengo langu
Ndiye majaliwa yangu!

Ni wangu nimekubali, na radhi moyoni mwangu
Anganitenda fidhuli, na kunitia uchungu
Nitakesha nikisali, 'tafuta machozi yangu
Ndiye majaliwa yangu!

Ni wangu namba hakika, mungawa muna ukungu
Mwadhani nitaachika, niandame njia yangu
Ati nitamuepuka, nimsuse kama pungu
Basi mujuwe ni wangu!

MASWALI NA MJADALA

1. Je, muundo wa utungo huu ni wimbo au shairi? Kwa nini?
2. Unayaelezeaje mapenzi aliyonayo mshairi?
3. Jadili uteuzi wa maneno kwenye utungo huu.

TAJIRIBA YA MAPENZI

MSAMIATI

tajiriba	uzoefu
arudhi	roho nzuri
hujayamaizi	hujayazingatia
kisabeho	chakula cha asubuhi
kijiyo	chakula cha jioni

Tajiriba ya mapenzi, kila mmoja anayo
Kwa wengine ni machozi, na simanzi na viliyo
Kwa wengine kama njozi, usiku walala nayo

Tajiriba ya mapenzi, kila mmoja na yake
Kwa mwengine kubwa kazi, hutamani yamtoke
Kwa wengine ni arudhi, si ya vuta-nikuvute
Tajiriba ya mapenzi, ina sura mbalimbali

Kwa wengine kama mwezi, nuru yake huwa kali
Wengine ni jinamizi, hawali na hawalali
Tajiriba ya mapenzi, si halali si haramu
Ni jambo la uamuzi, si la chungu si la tamu

Ambao hawayawezi, si kwamba wana wazimu
Tajiriba ya mapenzi, ndiyo jaala ya moyo
Hata hujayamaizi, waona nawe unayo
Si tuwi wala si nazi, kisabeho si kijiyo

MASWALI NA MJADALA

1. Linganisha bahari za tathlitha na tarbia kwenye tungo.
2. Elezea namna mshairi alivyoiwasilisha hiyo tajiriba ya mapenzi.
3. Uhakiki utungo huu kwa kuzingatia fani na maudhui.

Mohammed Khelef Ghassani

SUBIRA ILINISHINDA

MSAMIATI	
hatega	nikatega
nunda	mbabe
kuchu	kutu
sambi	sisemi
weacha	uliacha

Nilisubiri kitambo, unambie wanipenda
Nikatenda kila jambo, kale nisilolitenda
Hatega hata urimbo, kwa kudhani ungeganda
Lakini siku zikenda, nawe hujasema jambo

Nilifanya wafanyayo, wale watu wanopenda
Nikaiga yote hayo, na mapya nikayaunda
Tena mbele ya machoyo, bali 'kajifanya nunda
Namiye ikanishinda, subira kwenenda nayo

Leo kwa siku kupita, na moyo kwisha kuvunda
Ndipo waja wanivuta, wanambia wanipenda
Moyo kuchu ushaota, macho giza yashatanda
Bora shika njia nenda, tuyafanye yashapita

Sambi hayo ukadhani, nina mwengine napenda
Sambi hayo ukadhani, nalipiza kukutenda
'Mekusamehe yakini, wala sikutendi inda
Ila jambo la kupenda, moyo weacha zamani

MASWALI NA MJADALA

1. Linganisha utungo huu na "Usijenipa Moyowo".
2. "Mikondo ni aina tafauti ya tungo katika bahari moja." Fafanua.
3. Orodhesha na fafanua tashhisi zilizotumika kwenye utungo huu.

MAUMIVU YA MAPENZI

MSAMIATI

hayano	haya hapa
utukivu	chuki
himwaga	nikimwaga
mwana bazazi	mtu mjinga

Umenifunza mpenzi, mahaba ni maumivu
Bali si ya kipuuzi, wala si ya kipumbavu
Moyo mlea mapenzi, ndio wenye uwerevu
Sijioni mlegevu, kwa hayano kuyaridhi!

Maumivu ya mapenzi, si jambo la utukivu
Hata himwaga machozi, si kwamba mimi mtovu
Wala si mwana bazazi, wala nawe hu muovu
Bali wangu mpotevu, uliye na zangu radhi

Kuumia nami radhi, kwa wangu uvumilivu
Wala kamwe sijiudhi, hasema nataka nguvu
Nguvu nyingi ni maradhi, ya kunitia ubovu
N'takacho si mabavu, nitakacho ni mapenzi

Wakisema sijiwezi, wasokuwa wasikivu
Au wakanita chizi, walojawa na makovu
'Siwajali 'simaizi, uwaone wapumbavu
Sitaacha utulivu, hakosa yako mapenzi

MASWALI NA MJADALA

1. Tafautisha utungo huu na "Ndiye Majaaliwa Yangu".
2. "Bahari ni kumbo moja la tungo lenye mikondo tafauti." Fafanua.
3. Orodhesha na fafanua sitiari zilizotumika kwenye utungo huu.

NI PENDO NIKUPENDALO

MSAMIATI

zuzuo	pumbazo
hemuo	pumbazo
warapa	unapaparika
twaa	chukuwa
ndiwe	ndiye wewe, ni wewe
hubba	mapenzi
seanza	sikuanza

Ni pendo nikupendalo, silo zuzuo
Nataka ujuwe hilo, tokea leo
Ulifute udhanilo, kwenye moyowo
Kamwe 'sinishuku kwalo, toa shakayo

Ni pendo nikupendalo, silo hemuo
Amini nikwambialo, hubba ninayo
Neno hilo nikupalo, ndiwe pekeyo
Wangapi warapa kwalo, nami sinao?

Ni pendo nikupendalo, silo hashuo
Tekenyo nitekenyalo, na nitendayo
Ni kutaka uwe nalo, useme ndiyo
Wala 'sitishike kwalo, ukagwa moyo

Ni pendo nikupendalo, maneno siyo
Lote zima ndilo hilo, ona machoyo
Twaa fanya utakalo, ni khiyariyo
Waziwazi nenda nalo, kwenye njiayo

Ni pendo nikupendalo, na'pa Molao
Tangu zamani ninalo, seanza leo
Basi nawe kuwa nalo, mi' mwenzio
Usijali wasemalo, haya wasio

MASWALI NA MJADALA

1. "Hata kama uzingatiaji wa urari wa vina na mizani si sharti pekee la ushairi wa Kiswahili, lakini viwili hivi vinapozingatiwa hulifanya umbile la nje la ushairi kumpa hamu msomaji au msikilizaji wake kuingia ndani yake." Jadili usahihi na ukosefu wa usahihi wa kauli hii kwa kuzingatia utungo huu.

2. Chambua maneno aliyotumia mshairi kuthibitisha udhati wa pendo lake kwa njia ya ukanushi.

3. Ni upi ujumbe wa mshairi kwenye utungo huu?

MOYO UMEZE UCHUNGU

MSAMIATI

hutawa	hutakuwa
wekuwa	ulikuwa
jaalayo	majaaliwa yako
shuduyo	kiasi chako
piche	nyuma
udumeo	udume wako, ushujaa wako
hayauki	hayaondoki

Kubali moyo kubali, kubali yakufikayo
Moyo hutawa dhalili, lau wakubali hayo
Kale wekuwa jabali, kwani usiwe na leo?

Ridhika moyo ridhika, ridhika na jaalayo
Haiwi kuikanuka, kisha nayo iwe siyo
Mola aliyoandika, moyo huna budi nayo

Mezea moyo mezea, mezea yakupatayo
Machungu yanokujia, moyo wangu ni shuduyo
Hata ukiyanunia, hayauki; yapo hayo

Umia moyo umia, waumiavyo wenzio
Bali usijerejea, piche haiko njiayo
Mbele moyo endelea, ndiko kwenye kusudio

Lia moyo pa kulia, kilio maumbileyo
Machozi 'kijimwagia, kwako ndiyo farajayo
Bali ukivumilia, huo ndio udumeo

MASWALI NA MJADALA

1. Usome tena utungo huu kwa kuzingatia mshororo wa kwanza wa kila ubeti. Je, umegundua nini? Fafanua kwa mifano mbinu ya kisanii iliyotumika.

2. Kwa kila mshororo wa mwisho wa kila ubeti, andika msemo au methali inayofanana nao.

3. Nini maana ya mishororo ifuatayo:
    i. *Moyo hutawa dhalili, lau wakubali hayo*
    ii. *Machungu yanokujia, moyo wangu ni shuduyo*
    iii. *Bali usijerejea, piche haiko njiayo*

Mfalme Ana Pembe

MOYO WANGU KORTINI

MSAMIATI

kortini	mahakamani
pano	mahala hapo
kunizaini	kunilaghai
nigashe	nijae maziwa
ushishiyelo	umeshikilia
kun'eka	kuniweka
tegoni	mtegoni

Leo twende kortini, moyo nikakushitaki, kosa lako usomewe
Ukapande kizimbani, pano ibaini haki, ni mimi ama ni wewe
Pindi umo makosani, kukusamehe sitaki, nataka uadhibiwe
Sababu ni taabani, na wewe husemezeki, hutaki ukosolewe
Vyatosha vitimbi vyako!

Tufike mahakamani, huko niyaorodheshe, makosayo utajiwe
Pale mbele ya mizani, jaji nimfahamishe, vitukovyo avijuwe
La kwanza kunizaini, ukanifanya nigashe, upate unikamuwe
Pili kun'eka tegoni, kusudi unigandishe, ili jambo lako liwe
Korti itaamuwa!

Tatu wanifanya duni, dhaifu dhalili kwalo, kisa kukuridhi wewe
Si leo tangu zamani, unanitenda lisilo, lazima wataka liwe
I chini yangu thamani, sababu ulitakalo, si lako lina wenyewe
Nawe wajuwa yakini, lakini ushishiyelo, wataka nikashifiwe
Basi nitakushitaki!

Mara ngapi nibaini, hata moyo uridhike, hishima nisivinjiwe?
Lini utaniamini, walau nipumzike, shinikizo lipunguwe?
Nikwambie neno gani, moyo wangu utosheke, hiyo hamuyo ipowe?
Basi kama maluuni, hamuyo nifedheheke, 'tafedheheka mwenyewe
Jela nitakufungisha!

MASWALI NA MJADALA

1. Soma tena utungo "Moyo Umeze Uchungu" na ulinganishe na utungo huu kwa kuzingatia yafuatayo:
   i. Majina
   ii. Miundo
   iii. Ujumbe

2. Orodhesha makosa ambayo mshairi anaushutumu moyo wake.

3. Jadili uhalisia wa utungo huu.

SI KWA JIPYA

MSAMIATI	
wachapia	kusema uongo
unambalo	uniambialo
siloambwa	nisiloambiwa
nikahamukiwa	nikapandwa na hamu
seghumiwa	sikughumiwa, sikujisahau
nisijacholishwa	ambacho sijawahi kulishwa
isitote	isirowe
ringo	maringo

'Sijisifu nakupenda, kwa unipalo, wakosea
'Sijisifu nimeganda, kwa unifanyalo, wachapia
'Sijisifu umeshinda, kwa pendolo, 'kajiwachia

Huna jipya unipalo, 'silopewa kale, nakwambia
Huna jipya unambalo, 'siloambwa lile, la kuringia
Huna jipya utendalo, 'silotendwa vile, 'silokumbukia

Huna unilishacho, nisijacholishwa, nikatamukiwa
Huna unifanyishacho, nisichofanyishwa, nikahamukiwa
Unisemeshacho, kale 'shasemeshwa, wala seghumiwa

Si jipya lolote, la kuganda kwako, ringo punguwa
Si kitu chochote, kiso kwa wenzako, nalowakimbia
Mito isitote, kwa machozi yako, kwangu si dawa

'Mekalia pendo, khiyari ya moyo, sikushawishiwa
Yako matendo, kwangu si chujio, la kuchujiliwa
Nawe kaa kando, licha ufanyayo, lisiwe la kuwa!

MASWALI NA MJADALA

1. Nini dhamira kuu ya utungo huu?

2. Hakiki fani ya utungo huu kwa kuzingatia lugha, bahari na mkondo

3. Jadili kukubalika na au kutokubalika kwa maadili ya mshairi kwenye utungo huu.

MOYO ULIOGAWIKA

MSAMIATI

chembeni	moyoni
ukastaaladhi	ukapata raha
tukizi	chuki
fawidhi	mambo mazuri
wano	hao

Moyo uliogawika, si kwa chuki kwa mapenzi
Kwa dhati uloyashika, chembeni kuyahifadhi
Kuendelea wataka, na daima kuyaenzi
Palipo kipingamizi, ni kwao wanopendeka

Wano waliopendeka, na moyo wenye mapenzi
Ndio wazuao shaka, kuwazia kubwa kazi
Kuthubutu kujiweka, moyoni pasi maudhi
Moyo ukastaaladhi, pasiwe kupaparika

Pasiwe kupaparika, wala kuunda tukizi
Pasiwe na patashika, ya kuvunjiana hadhi
Pawe na kuimarika, pa suna na pa faradhi
Sababu lengo ni penzi, mahaba kuimarika

Mahaba kuimarika, kwa sitara na hifadhi
Moyo ulogawanyika, upate yote fawidhi
Usikose unotaka, wala siharibu kazi
Ilahi Mola Mwenyezi, hebu ishushe baraka

Baraka zako hakika, Ya Rabbi Mola Mwenyezi
Moyo 'sirudi kushika, upotofu na maradhi
Ya mja kuaibika, sababu yake mapenzi
Kuijenga yake hadhi, na mapenzi akashika

MASWALI NA MJADALA

1. Kwa namna gani mshairi anaichora picha ya moyo uliogawika? Fafanua.

2. Ni kawaida kwenye tungo za Kiswahili, kumkuta mshairi akimtaja na kumshirikisha Mungu mara kwa mara. Kwa nini?

3. Chambua mishororo ifuatayo kama ilivyotumika kwenye utungo huu:
    i. *Moyo uliogawika, si kwa chuki kwa mapenzi*
    ii. *Pawe na kuimarika, pa suna na pa faradhi*
    iii. *Moyo 'sirudi kushika, upotofu na maradhi*

NINGEKUWA SIKUPENDI

MSAMIATI

sege	karibukaribu na mtu
nakuashiki	nakutamani
mkwiji	ukanda wa kuvalia seruni
umundi, boso, tarazia	aina za ngoma za kisiwani Pemba
uwamo	umo

Ningekuwa sikutaki, sege nawe 'singekaa
Nisingefanya dhihaki, usoni ningekwambia
'Singejipatisha dhiki, wala 'singeng'ang'ania
Lakini n'nabakia, sababu nakuashiki

'Ngekuwa sikuhitaji, kale ningeshakwachia
'Singekufaya mkwiji, nendapo hakuchukua
Hawa hayapiti maji, bilawe kukuwazia
Sababu ya yote haya, wewe kwangu kama taji

Ningekuwa sikupendi, siri 'singekufanyia
'Singeupiga umundi, na boso na tarazia
Kusema halinishindi, wazi nikakuwekea
Lakini nawe wajua, mapenzi hayana fundi

'Ngekuwa sikutamani, presha 'singejitia
Ya kukujaza moyoni, na kutwa kukuwazia
Ningejitia pambani, puuzo hapuuzia
Hilo halijatokea, sababu nakuthamini

Uwamo moyoni mwangu, pangawa na japokuwa
Japokuwa dhati yangu, yabeba majaaliwa
Hu wa leo u wa tangu, na daima utakuwa
Mengine yanotokea, hayavunji pendo langu!

MASWALI NA MJADALA

1. Jadili dhana ya wakati kwenye utungo huu.

2. Chukuwa mshororo wa kwanza na wa mwisho wa kila ubeti, kisha fafanua mshikamano na muachano wake.

3. Ni lipi wazo kuu la utungo huu? Kwa nini?

SI KAULIYE, SI YANGU

MSAMIATI

neyachunza	niliyatazama
hetowa	hakuitowa
seitowa	sikuitowa
yuna	ana
pee	palikuwa
zili	zilikuwa
wanguwangu	wote, tele
paukwa	panaondokwa
pakawa	panakaliwa

Neyachunza macho yake, naye 'kayachunza yangu
Hauona moyo wake, naye akaona wangu
Halihisi pendo lake, naye 'kalihisi langu
Ila si kauli yangu, wala si kauli yake

Hetowa kauli yake, nami seitowa yangu
Kila mtu yuna lake, li chini kwenye mvungu
'Kitamani limtoke, ela pee na kiwingu
Na ndimi zili na pingu, ni vipi ziyatamke!

Nilitaka nitamke, naye alitaka kwangu
Kwa kujuwa haja yake, naye kuijuwa yangu
Kila mtu kwa mwenzake, 'lishajaa wanguwangu
Ila si lake si langu, la kunena lineneke

La kunena lisizuke, kwa siku tangu na tangu
Mara nipite acheke, nami nichekee kwangu
Mwisho akapata wake, nami nikapata wangu
Paukwa pakawa kwangu, hadithi imalizike!

MASWALI NA MJADALA

1. Jadili uhalisia wa utungo huu katika maisha ya kawaida.

2. Kwa maneno yasiyozidi 150, ieleze hadithi ya utungo huu kwa njia ya nathari.

3. Hakiki vipengele vinne vya fani ya utungo huu:
i. Lugha ya picha na tamathali za semi
ii. Mandhari
iii. Mtiririko wa usimulizi

BORA WEWE NENDA

MSAMIATI

sitavunda	sitavunja
mwenda	(i)tumbili aliyepea, (ii) mwendaji
ng'onda	samaki wa kuanikwa na kuvunda
teta	gomba, gombeza
roho i tanda	roho iko radhi
mawanda	pana, yenye nafasi kubwa, iliyotanuka

Nenda bora wewe nenda, ikiwa miye nasota
Nenda harakisha kwenda, ufuatalo 'tapata
Nenda 'siningoje nenda, mwendo wangu ni wa tata
Kwamba sasa 'mekukuta, una haraka ya kwenda

Nenda ukiwa u mwenda, nenda dunia yakwita
Nenda unako kwa kwenda, nami siye wa kukwita
Nenda hu wa mwanzo kwenda, walikwenda wakapita
Dhamira itakusuta, ukikaa pasi kwenda

Nenda na roho i tanda, pumzi vyema navuta
Nenda dunia mawanda, ruhusa kuifuata
Nenda unakokupenda, wala kwalo sitajuta
Sababu wanafuata, wa kukaa na wa kwenda

Nenda lau 'mekushinda, au mwengine akwita
Nenda nami sitavunda, wewe hujaniokota
Nenda wala sitakonda, wala kifo kukiita
Wala sithubutu teta, kwa sababu umekwenda

Nenda hu mwanzo kwenda, nirudie kuligota
Nenda masafa ya kwenda, ama zidisha kupita
Nenda nami siwi ng'onda, kwa vundo nikafukuta
Si kwa kuwa nakusuta, bali sijali ukenda

Nenda tamati nadunda, nenda pasina kusita
Nenda mbele ndiko kwenda, 'sigeuke sijakwita
Nenda 'sililie inda, chozilo bora kufuta
Usijitie kujuta, wewe mwenda; basi nenda

MASWALI NA MJADALA

1. Jadili namna neno "nenda" lilivyotumika kwenye utungo huu na maana yake ya kimaudhui.

2. Elezea mgogoro unaoibuliwa na utungo huu.

3. Orodhesha tamathali za semi ulizogundua kwenye utungo huu.

www.ingramcontent.com/pod-product-compliance
Lightning Source LLC
Chambersburg PA
CBHW021421210526
45463CB00001B/485